இங்கிலிஷ் தவளை!

(அள்ள.. அள்ள.. கதைகள்)

ஆயிஷா இரா. நடராசன்

English Thavalai (in Tamil)

Ayesha Era. Natarasan

First Published: February, 2022

Published by
BHARATHI PUTHAKALAYAM
7, Elango Salai, Teynampet, Chennai - 600 018
Email: bharathiputhakalayam@gmail.com / www.thamizhbooks.com

இங்கிலீஷ் தவளை

ஆயிஷா இரா. நடராசன்
முதல் பதிப்பு: பிப்ரவரி, 2022

நன்றி: சுட்டி விகடன்

வெளியீடு:

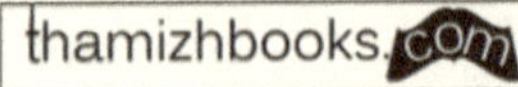

7, இளங்கோ சாலை, தேனாம்பேட்டை, சென்னை - 600 018
தொலைபேசி : 044-24332424, 24332924, 24356935

விற்பனை நிலையங்கள்

மதுரை: 37A, பெரியார் பேருந்து நிலையம் - 045 22324674
ஈரோடு: 39: 39 ஸ்டேட் பாங்க் சாலை - 9245448353
திண்டுக்கல்: பேருந்து நிலையம் - 9942331105, 9976053719
பழனி: பேருந்து நிலையம் அருகில் - 9442883696
திருப்பூர்: 447, அவினாசி சாலை - 9486105018
சேலம்: பாலம் 35, அத்வைத ஆஸ்ரமம் சாலை 0427 2335952
திருவல்லிக்கேணி: 48, தேரடி தெரு - 9444428358
வடபழனி: பேருந்து நிலையம் எதிரில் அடையார்
ஆனந்தபவன் மாடியில் - 9444476967
பெரம்பூர்: 52, கூக்ஸ் ரோடு - 9444373716
திருவாரூர்: 35, நேதாஜி சாலை - 9442540543
சேலம்: 15, வித்யாலயா சாலை சாலை
திருநெல்வேலி: 25A, ராஜேந்திரநகர் - 9442149981
அருப்புக்கோட்டை: 31, அகமுடையார் மஹால் - 9994173551
மதுரை: சர்வோதயா மெயின்ரோடு
குன்னூர்: N.K.N வணிக வளாகம் பெட்போர்ட்
செங்கல்பட்டு: 1 D ஜி.எஸ்.டி சாலை - 044 27426964
விருதுநகர்: 131, கச்சேரி சாலை - 0456 2245300
கும்பகோணம்: 352, ரயில் நிலையம் எதிரில் - 9443995061
வேலூர்: பேஸ் III, சத்துவாச்சாரி - 9442553893
நெய்வேலி: பேருந்து நிலையம் அருகில், - 9443659147
தஞ்சாவூர்: காந்திஜி வணிக வளாகம் காந்திஜி சாலை - 9655542400
கோவை: 77, மசக்காளிபாளையம் ரோடு, பீளமேடு - 8903707294
திருச்சி: வெண்மணி இல்லம், கரூர் புறவழிச்சாலை - 9994289492
திருவண்ணாமலை: முத்தம்மாள் நகர்
நாகர்கோவில்: 699 கே.பி.ரோடு R.V.புரம் - 9443450111
சிதம்பரம்: 22A / 18B தேரடி கடைத் தெரு,
கிழவீதி அருகில் - 9994399347
கரூர்: நாரத கானசபா அருகில் (TNGEA OFFICE)- 9442706676
காரைக்குடி : 12, 2 வது தெரு, கம்பன் மணிமண்டபம் பின்புறம் - 9443406150
பாண்டிச்சேரி : கிழக்கு கடற்கரைச் சாலை, இலாசுப்பேட்டை, 9486102777
அருப்புக்கோட்டை : கதவுஎண் 49A/4 ஐம்பதூர் தேவாங்கர் உறவின் முறை கட்டிடம் முதல் தளம்

நினைத்த நூல்கள்... நினைத்த நேரத்தில்...   ▶ BharathiTV | www.bookday.in

thamizhbooks.com   📞 8778073949

அச்சு : பிரிண்டெக், சென்னை - 600 005.

வெறும் புத்தகமல்ல.. வாசிக்கும் புத்தகம்

வணக்கம் சுட்டீஸ்,

நிறைய கதைகள் வாசிக்க இங்கிலீஷ் தவளையை வாங்கிட்டிங்க.. வாழ்த்துகள்!

இந்த புத்தகம் வித்தியாசமானது. இது வெறும் அச்சிட்ட கதைகள் மட்டும் அல்ல.

இந்தப் புத்தகம் நேரிடையாக உங்களிடம் கதைகளை சொல்லும் புத்தகம்!

என்ன ஆச்சரியமாக இருக்கா...

ஆமாம். இந்தக் கதைகளை உங்கள் நண்பர்கள் சிலர் உங்களுக்கு சத்தமாக படித்து காட்டுவார்கள்.

ஒவ்வொரு கதையாக எடுத்து அதை நீங்கள் வாசிக்கலாம். கேட்கவும் செய்யலாம். வாசித்துக் கொண்டே கேட்கலாம். கேட்டுக் கொண்டே வாசிக்கலாம்.

ஒவ்வொரு கதையிலும் அச்சிடப்பட்டுள்ள QR குறியீட்டை பயன்படுத்தி உங்கள் அப்பா அம்மா கைபேசியில் கதைக் கேட்கலாம்.

அதற்காக நமக்கு கதைகளை வாசிக்க சிறப்பாக தொழிற்நுட்பத்தைப் பயன்படுத்தி மாணவ, மாணவியர்களை பயிற்றுவித்து பதிவு செய்து செயலில் இறங்கிய ஆசிரியை ஜெ. கோப்பெருந்தேவி (GHSS, Kelambakkam) அவர்களுக்கு நாம் நன்றி கூற கடமைப்பட்டிருக்கிறோம்.

எனவே, இந்தப் புத்தகம் QR குறியீட்டைப் பயன்படுத்தி ஒரே சமயத்தில் கதைகளை வாசிக்கவும் கேட்கவும் முடிந்த தமிழின் முதல் சிறார் கதை நூல் முயற்சி. அதற்கு புக் ஃபார் சில்ரன் (பாரதி புத்தகாலயம்) பதிப்பகத்தாரை எவ்வளவு பாராட்டினாலும் தகும்.

வாழ்த்துகளுடன்

ஆயிஷா இரா. நடராசன்

கதைகள்

1
உழைச்சு சம்பாதிச்ச வடை

ஒரு மரத்தின் கிளையில் இருந்த தன் கூட்டில் வந்து அமர்ந்த அம்மா காகம், தன் குஞ்சுக்கு இரையை ஊட்டிவிட்டு ஒரு கதை சொல்ல ஆரம்பித்தது.

"ஒரு மரத்தடியில உட்கார்ந்து ஒரு வயசான பாட்டி வடை சுட்டுட்டு இருந்தாங்க..."

"வடைன்னா என்னம்மா?"

"ஒருநாளு நம்ம கருங்காக்கா அண்ணன் ஆஞ்சநேயர் கோயில்ல இருந்து வட்டமா ஒண்ணு கொண்டு வந்துச்சே. சாப்பிட 'மொறுமொறு'ன்னு இருந்துச்சுல. அதுதான் வடை."

"ஓ! நல்லா ஞாபகம் இருக்கும்மா..."

"ம்... அதேமாதிரி வடையைத்தான் வயசான பாட்டி சுட்டுட்டு இருந்தாங்க. வடையோட வாசனை 'கமகம'ன்னு காத்துல பரவுச்சு. அந்த வாசனையை மோப்பம் புடிச்சுட்டே வந்து மரத்துல உட்கார்ந்தது காகாகா..."

"காகாகா யாரும்மா..?"

"அவரும் நம்ம சொந்தக்காரர்தான்! ஒரு வகையில அது உனக்கு அண்ணன் ஆகுது."

"ஓஹோ... அப்படியா!"

"அந்தக் காகாகா ரொம்ப பசியா இருந்துச்சு. வடையோட வாசனை வேற அதோட பசியை அதிகப்படுத்திடுச்சு. வடை சாப்பிட என்ன பண்ணலாம்ணு அது யோசிச்சப்போ, 'டக்'குன்னு அதுக்கு ஒரு ஐடியா வந்துச்சு. அதாவது, வடை சுடுறதுக்காக அந்தப் பாட்டி விறகுகளை எடுத்து அடுப்புல போட்டுட்டு இருந்தாங்க. அதைப் பார்த்துட்டுத்தான் பாட்டிக்கு உதவ காகாகா ஐடியா பண்ணுச்சு. அதாவது, காட்டுக்குள்ளே போய் சுள்ளிகளை பொறுக்கிட்டு வந்து கொடுத்தால் பாட்டி வடை கொடுக்கும்ணு நினைச்சுது. அதேமாதிரி சுள்ளிகளைப் பொறுக்கிட்டு வந்து

கொடுத்துச்சு. பாட்டியும், காகாகாவுடைய உதவியை ஏத்துக்கிட்டு அதோட உழைப்புக்குப் பலன் கொடுக்க வேணும்ணு நெனச்சு நன்றிக்கடனாக ஒரு வடையை எடுத்து அதுக்குப் போட்டாங்க. இந்த இடத்துலதான் நீ ஒரு விஷயத்தைக் கவனிக்கணும்.''

''என்னம்மா...?''

''அதாவது, மனுஷங்க எல்லோருமே இந்தப் பாட்டி மாதிரி உதவி செய்ற மனசு கொண்டவங்களா இருக்கமாட்டாங்க. பல பேர் கஞ்சத்தனம் கொண்டவங்களா இருப்பாங்க. இதை மனுஷங்க அவங்களுக்குள்ளேயே கிண்டலும் பண்ணிக்குவாங்க. அதுவும் நம்மளை வெச்சு.''

''அப்படியா..! நம்மளை வெச்சு எப்படிம்மா கிண்டல் பண்ணிக்குவாங்க?''

''அதாவது, 'அவன் ஒரு கஞ்சன். எச்சில் கையாலகூட காக்கா ஓட்டமாட்டான்' அப்படிண்ணு மனுஷங்கச் சொல்லுவாங்க. எச்சில் கையாலயே நம்மளை விரட்டினா, அவங்க கையில் இருக்குற சோற்றுப் பருக்கைகள் கீழே விழுந்துடுமாம். அதை நாம சாப்பிட்டுவிடுவோமாம்.''

''ஓஹோ! சரி, வடையை நம்ம காகாகா அண்ணன் சாப்பிட்டுச்சா.!''

"இங்கதான் பிரச்னையே! நம்ம இனத்துல எல்லோருமே கூடித்தானே சாப்பிடுவோம். அதேமாதிரி அந்த வடையையும் மத்தவங்களுடன் பங்கிட்டுச் சாப்பிட காத்துக்கிட்டு இருந்துச்சு. அப்போ ஒரு நரி அங்கே வந்துச்சு..."

"அச்சச்சோ... அப்புறம் என்னம்மா ஆச்சு?"

"நரி, காகாகாகிட்டே நைசா பேச்சுக் கொடுத்துச்சு. 'ஹாய், காகாகா எப்படியிருக்கே?! நீ ரொம்ப சூப்பரா இருக்கே. அப்படீன்னா கண்டிப்பா உன்னோட குரலும் சூப்பராதான் இருக்கும். எனக்காக ஒரு பாட்டு பாடு'ன்னுச்சு. காகாகாவும், நரியோட பேச்சுல மயங்கி பாட ஆரம்பிச்சுது. அதனால் வடை கீழே விழுந்துடுச்சு. வடையை எடுத்துட்டு நரி ஓட நினைச்சுது. அதைக் கவனித்த காகாகா உடனே நம் இனத்தவர்களை ரொம்பவும் சத்தம்போட்டு அழைச்சுது. உடனே நாங்க எல்லோரும் வேகமாகப் போய் அந்த நரியைக் கொத்து கொத்துன்னு கொத்தினோம். அதுவும் வடையைக் கீழே போட்டுட்டு ஒரே ஓட்டமா ஓடிருச்சு."

"சூப்பர்மா... அசத்திட்டே! அப்புறம் என்னம்மா ஆச்சு?"

"அப்புறம் எல்லோரும் அந்த வடையைப் பங்கு போட்டு சாப்பிட்டோம். இதுல இருந்து நீ ஒரு விஷயத்தைத் தெரிஞ்சுக்கணும். அதாவது நாம் உழைத்துச் சம்பாதித்த உணவை அடுத்தவர் பறித்தால் ஒற்றுமையுடன் எதிர்த்துப் போராடணும். புரிஞ்சுதா...!"

"ம்... நல்லா புரிஞ்சுதும்மா..."

"சரி, வா... சாப்பிடப் போகலாம்" என்று தன் குஞ்சுக்கு கதை சொல்லி முடித்துவிட்டு பறக்கத் தொடங்கியது.

□

உழைச்சு சம்பாதிச்ச வடை வாசித்தவர் ஸ்ரீஹரி

2
வாத்து மடையன்

'அக்கா வாத்து... தங்கை வாத்து...' என்ற இரண்டு வாத்துகள் ஒரு குட்டைக்கு அருகில் மேய்ந்து கொண்டிருந்தன.

குட்டிகுட்டியான சில மீன்களும், கொசு முட்டைகளும்தான் அவற்றுக்கு உணவாகக் கிடைத்தன. பிளாஸ்டிக் கவர்களில் படர்ந்திருக்கும் அழுக்குகள் என்றால், தங்கை வாத்துக்கு கொண்டாட்டம்தான்! ஆனால், இது அக்கா வாத்துக்கு சுத்தமாக பிடிக்காது.

"நீ செய்வது தவறு. மடமனிதனைப் போலவே இருக்கிறாயே..! சாப்பிடும்போது பிளாஸ்டிக் கவரின் சிறு பகுதி உன் வயிற்றுக்குள் போனால்கூட மரணம் நிச்சயம்" என்று எச்சரித்தது அக்கா வாத்து.

"மடமனிதன் என்று என்னைச் சொல்கிறாயே மனிதர்கள்தானே 'வாத்து மடையன்' என நம்மை வைத்து அவர்களாகவே சொல்லிக் கொள்வார்கள்?" என்று சற்று கோபமாகக் கேட்டது தங்கை வாத்து.

"மடையர்கள், இந்த மனிதர்கள்தான்..." என நீ சொல்லும்போது எனக்கு ஒரு கதை ஞாபகத்துக்கு வருகிறது. இந்தக் கதையை நான் சிறு வயதாக இருக்கும்போது நம் பாட்டி வாத்து எனக்குச் சொன்னது" என்றது அக்கா வாத்து.

"அப்படியா..! நம் பாட்டி சொன்ன கதையா..?" சீக்கிரமாகச் சொல்லு" என்று ஆர்வமானது தங்கை வாத்து.

"ஒரு ஊரில் ஒரு மனிதன் இருந்தான். வீட்டில் பல வாத்துகளை வளர்த்து வந்தான். அதில் பொன் நிறத்தில் ஒரு வாத்து இருந்தது. இந்த வாத்து நீரில் நீந்தும்போது சூரியக்கதிர்கள் அதன் இறகுகளில் பட்டுத் தெறித்து பளபளக்கும். அவனிடம் பல தவறான பழக்கங்கள் இருந்தன. அதில் ஒன்று கஞ்சத்தனம்! நம் வாத்துக் கூட்டத்துக்கு சரியாக உணவே கொடுக்க மாட்டான். எப்போதும்

தன்னைப் பற்றி மட்டுமே யோசிக்கும் சுயநலக்காரன். இந்த மனிதனைத் திருத்துவதற்காக மற்ற தோழர்களோடு சேர்ந்து பொன் நிற வாத்து ஒரு திட்டம் தீட்டியது. திட்டப்படி, பொன் நிற வாத்து முட்டைகளைப் பளபளப்பாக பொன் நிறத்தில் இட்டது.

அந்த முட்டைகளை விற்று நிறைய லாபம் பார்த்தான். அந்த லாபத்தில் நன்றாகத் தின்று அவன் கொழுத்தே போய்விட்டான். அப்போதும் வாத்துகளுக்கு நன்றாக உணவு கொடுக்க வேண்டும் என்று அவன் நினைக்கவே இல்லை. இந்த நிலையில், ஒருநாள் பேராசைப்பட்டு பொன் நிற வாத்தின் வயிற்றில் நிறைய முட்டைகள் இருக்கும் என எண்ணி அந்த வாத்தின் வயிற்றைக் கிழித்தான். அவனது பேராசையால் அந்த வாத்து இறந்ததுதான் மிச்சம்! இந்தச் சம்பவத்துக்குப் பிறகுதான் அவன் திருந்தினான். பேராசைப்படுவதால் யாருக்கும் லாபமில்லை என்பதை

உணர்ந்தான். பின்னர் ஏனைய வாத்துகளை நன்றாகப் பராமரித்தான்" என்று கதையைச் சொல்லி முடித்தது அக்கா வாத்து.

"அக்கா, இப்போது நினைத்தாலும் வருத்தமாக உள்ளது. அந்தப் பொன் நிற வாத்து எவ்வளவு பெரிய தியாகத்தைச் செய்திருக்கிறது" என்று உணர்ச்சிவசப்பட்டது தங்கை வாத்து.

"இது போன்ற அறிவில்லாத செயல்களில் ஈடுபடுபவர்களைத்தான் வாத்து மடையன் என மனிதர்கள் அழைக்கிறார்கள்" என்றது அக்கா வாத்து.

"சரி, வாத்தைக் கொன்ற அந்த மனிதனுக்கு ஏதாவது தண்டனை கிடைத்ததா..!" என்றது தங்கை வாத்து.

"அந்த மனிதனுக்கு மட்டுமல்ல, ஒட்டுமொத்த மனிதர்களுக்கும் சேர்த்து நாம் ஒரு தண்டனையை வழங்கி இருக்கிறோமே... அதாவது, நாம் முட்டையை அடைகாத்து குஞ்சுகள் பொரிப்பதையே விட்டுவிட்டோம். நம் முட்டைகளை கோழிகளின் முட்டைகளோடு வைத்து அவற்றை ஏமாற்றித்தான் மனிதர்கள் வாத்துக் குஞ்சுகளைப் பெறுகிறார்கள். இதில் கோழிகளுக்கு இருக்கும் பெருந்தன்மையையும் மனிதர்கள் அறியமாட்டார்கள்" என்று சொல்லிப் பெருமூச்சுவிட்டது அக்கா வாத்து.

□

வாத்து மடையன் கதையை வாசித்தவர் கீர்த்தனா

3
கரடி சொன்ன சேதி!

தாத்தா கரடி வெளியில் எங்குமே செல்வது இல்லை. வயதாகிவிட்டால் அதற்கு எப்போதுமே ஓய்வுதான்! பெற்றோர் கரடிகள் எல்லாம் வெளியில் உணவு தேடிச் சென்றுவிடும். குட்டிக் கரடிகள் மட்டும் குகைக்குள்ளே அங்குமிங்கும் விளையாடிக் கொண்டும் சிலசமயம் தாத்தா கரடியிடம் ஏதாவது கதை சொல்லச்சொல்லி கேட்டுக்கொண்டும் இருக்கும். அன்றும் அப்படித்தான் தாத்தா கரடி, குட்டிக் கரடிகளுக்கு ஒரு கதை சொல்ல ஆரம்பித்தது.

"மனிதர்கள் எப்படி இருப்பார்கள் என்று உங்களுக்குத் தெரியும்தானே?" என்றது தாத்தா கரடி.

"ஓ! நல்லாத் தெரியுமே. அவங்க எல்லாருமே குரங்குல இருந்து வந்தவங்கதானே..?" என்றது ஒரு குட்டிக் கரடி.

"சரியாகச் சொன்னே. சரி, கதையைச் சொல்றேன் கேளுங்க. ஒரு ஊரில் ஒரு மனிதன் இருந்தான். அவனுக்கு ஒரு நண்பனும் இருந்தான். இருவருமே நெடுங்காலமாக நண்பர்களாக இருப்பவர்கள். ஒருநாள் இவர்கள் இருவரும் காட்டு வழியாக நடந்து சென்றார்கள். அப்போது நம் முன்னோர் கரடியார் ஒருவர் அவர்களைப் பார்த்துவிட்டார். அவர்களை நோக்கி நம் கரடியார் வேகமாக ஓடினார். இதைப் பார்த்த அவர்கள் இருவரும், 'நம்மைத்தான் தாக்க வருகிறதோ..?' என்ற பயத்தில் உறைந்தே போயினர்..." என்று தாத்தா கரடி சொல்லச் சொல்ல குட்டிக் கரடிகள் இரண்டும் தாங்கள் மெய்மறந்து கதையை கேட்டுக் கொண்டு இருந்தன.

"...நாம்தான் மனிதர்களைச் சாப்பிடுவது இல்லையே! பொதுவாக காய், கனிகள், வேர்கள் போன்றவற்றைத்தான் அதிகமாக நாம் சாப்பிடுவோம். எப்போதாவது மட்டுமே மீன் சாப்பிடுவோம். அதுவும் வேறு எந்த உணவும் கிடைக்கவில்லையென்றால்! இது தெரியாத அந்த மனிதர்கள் பயங்கரமாகப் பயந்துவிட்டனர்.

அப்போது தன் நண்பனைப் பற்றிக் கவலைப்படாமல், ஒரு மனிதன் அருகிலிருந்த மரத்தில் ஏறி உயரமான கிளையில் சென்று உட்கார்ந்து கொண்டான். மற்றொரு மனிதனோ, செத்துக் கிடப்பது போல் அப்படியே உடல் அசைவுகள் இன்றித் தரையில் படுத்துக் கொண்டான். வேகமாகச் சென்ற நம் கரடியார், தரையில் படுத்திருந்த மனிதனின் காதில் ஒரு செய்தியைச் சொல்லிவிட்டு அருகிலிருந்த புதருக்குள் சென்று மறைந்தது. கரடி சொன்ன செய்தியைக் கேட்டு அந்த மனிதன் அதிர்ச்சியடைந்தவனாகக் காணப்பட்டான். இதைப் பார்த்து மரத்தில் இருந்தவன், கீழே இறங்கி வந்து தன் நண்பனிடம் விசாரித்தான்.

"கரடி, ஏதோ உன் காதில் சொல்லுச்சே. என்ன சொல்லுச்சு?" என்றான்.

"ம்... நீ" உண்மையான நண்பன் அல்ல. நீ என்னுடன் வைத்திருக்கும் நட்பு, உண்மையான நட்பு அல்ல. வெறும் நடிப்பு என்று சொன்னது' எனச் சொல்லிவிட்டு விருட்டென நடக்கத் தொடங்கினான். அவன் போகும் திசையையே இன்னொருவன் பார்த்துக் கொண்டிருந்தான்" என்று தாத்தா கரடி கதை சொல்லி முடித்தது. தொடர்ந்து பேசிய கரடி,

"ஆபத்தான நேரத்தில் தன் நண்பனைப் பற்றிக் கவலைப்படாமல் தான் மட்டும் தப்பிப் பிழைத்தால் போதும் என நினைத்த மனிதன் உண்மையான நண்பன் அல்ல. பெரும்பாலான மனிதர்கள் இவனைப்போல்தான் உள்ளனர். சாதி, மதம், இனம் என்று பல வேறுபாடுகளால் ஒற்றுமை இல்லாமல் மனிதர்கள் விரோதத்துடன் வாழ்கிறார்கள்.

'உண்மையான நட்பு எது?' என்று நம் கரடியார் அன்று உணர்த்தியதை இன்னமும் மனிதர்கள் மறக்காமல் இருக்கிறார்கள். தங்கள் குழந்தைகளுக்கு டெடி கரடி பொம்மையை விளையாட வாங்கித் தருகிறார்கள். நல்ல சூழ்நிலைகளில் நட்பின் உண்மை தெரியாது. சோதனை வரும்போதோ, துன்பம் நேரும்போதோ உண்மையான நட்பு கைவிடாது என்பதை எப்போதும் ஞாபகப்படுத்திக் கொள்ளவே நமது உருவத்தை டெடி கரடியாக்கி மனிதர்கள் தினமும் பாடம் படித்துக் கொண்டிருக்கிறார்கள்" என்று மேலே சொன்ன கதைக்கான அர்த்தத்தையும் சொன்னது தாத்தா கரடி.

கதையைக் கேட்ட உற்சாக மிகுதியில் துள்ளிக் குதித்தன இரு குட்டிக் கரடிகளும்!

□

கரடி சொன்ன சேதி கதையை வாசித்தவர் கனிஸ்கா

4

குரங்கின் குறுந்தகவல்

கோடைக்கால 'ஜில்'லென்ற காற்றிலும் தூக்கம் வராமல் அப்படியும் இப்படியுமாகப் புரண்டு படுத்துக் கொண்டிருந்தது குட்டிக் குரங்கு.

"ஏண்டா செல்லம்... இன்னமும் தூக்கம் வரவில்லையா?" என்றது அம்மா குரங்கு.

"ஆமாம்மா..." என்றது குட்டிக் குரங்கு.

"சரி, இங்கே எழுந்து வா... உனக்கு ஒரு சுவாரஸ்யமான கதை சொல்றேன்."

"ஹய், கதையா..?! சீக்கிரம் சொல்லும்மா" என்று துள்ளிக்குதித்து எழுந்து வந்தது குட்டிக் குரங்கு.

"இது மனிதர்கள் பற்றிய கதை. இது நிஜமாகவே நடந்த கதை" என்று அம்மா குரங்கு கதை சொல்ல ஆரம்பித்தது.

"ஒரு ஊரில் தொப்பி வியாபாரி இருந்தார். இவர் மிகவும் சோம்பேறியான ஆள். நிழலான ஒரு இடம் கிடைத்துவிட்டால் போதும், உடனே படுத்துத் தூங்கிவிடுவார். இவருக்குத் தூக்கம்தான் முதலில் முக்கியம்.

ஒருநாள் இந்த வழியாகத்தான் வியாபாரி சென்றார். 'குளுகுளு'வென இதமாக காற்று வீசியதால் மரத்தடியில் படுத்து சிறிது நேரம் தூங்க முடிவு செய்தார். படுத்தவுடனேயே தூங்கிவிட்டார். அந்த மரத்துக்கு மேலே நம் இனத்தவர்கள் தங்கியிருந்தனர்.

அங்குமிங்கும் ஓடிக்கொண்டும், மரத்துக்கு மரம் தாவி விளையாடிக் கொண்டும் இருந்த அவர்கள், மரத்துக்கு அடியில் வியாபாரி தூங்கிக்கொண்டு இருப்பதைப் பார்த்தனர்.

உடனே குஷியாகிவிட்ட நம்மவர்கள், வியாபாரியின் தொப்பிகளை எடுத்து விளையாட ஆரம்பித்துவிட்டனர். வியாபாரியின் அனைத்துத் தொப்பிகளையும் எடுத்து தலையில் போட்டுக்கொண்டு நம்மவர்கள் உற்சாகமாக விளையாடிக் கொண்டிருந்தனர்.

சிறிதுநேரம் கழித்து வியாபாரி கண் விழித்தார். அப்போது மூட்டையில் தொப்பிகள் இல்லாதது கண்டு அதிர்ச்சியடைந்தார். பதட்டத்துடன் சுற்றும் முற்றும் பார்த்தார். அப்போதுதான் அந்தக் காட்சியைப் பார்த்து மேலும் அதிர்ச்சி அடைந்தார். தொப்பிகள் அனைத்தையும் குரங்குகள் போட்டுக் கொண்டிருப்பதைப் பார்த்து திகைத்துப் போனார் அந்த வியாபாரி.

'அச்சச்சோ, நம் சோம்பேறித்தனம் மிகவும் ஆபத்தான சூழ்நிலையில் நம்மைக் கொண்டுவந்துவிட்டதே..?! சோம்பேறித்தனமாக படுத்துத் தூங்கிவிட்டோமே!' என்று கவலைப்பட்டார். 'சரி, குரங்குகளிடம் இருந்து தொப்பிகளை வாங்க முயற்சி செய்வோம்' என எண்ணினார். பின்னர் சாதுர்யமாக செயல்பட்டு, தன் தலையில் இருந்த தொப்பியை எடுத்துக் கழற்றி வீசினார் வியாபாரி. இதைப் பார்த்த நம் இனத்தவர்களும் தங்கள் தலையில் இருந்த தொப்பிகளை கழற்றி வீசினர். தப்பித்தோம்...

பிழைத்தோம் என்று வியாபாரியும் தொப்பிகளைப் பொறுக்கி மூட்டை கட்டிக்கொண்டு ஒரே ஓட்டமாக ஓடினார்" என்றது அம்மா குரங்கு. கதையை மிகவும் ஆவலாக கேட்டுக்கொண்டிருந்தது குட்டிக் குரங்கு.

"...அந்த வியாபாரி ஒரு தீர்க்கமான முடிவுக்கு வந்தார். அதாவது 'இனி பகல் முழுவதும் உழைப்பேன். சோம்பேறித்தனமாக தூங்கமாட்டேன்' என சபதம் மேற்கொண்டான். இந்தச் சம்பவத்தைக் கேள்விப்பட்ட மற்ற மனிதர்களும் சோம்பேறித்தனத்தைக் கைவிட்டு நன்றாக உழைக்க வேண்டும் என்ற முடிவுக்கு வந்தனர். சோம்பேறி மனிதர்களை மனிதர்களுக்கே பிடிக்காது" என்று கதை சொல்லி முடித்தது அம்மா குரங்கு. மேலும் தொடர்ந்து சில விஷயங்களை குட்டிக் குரங்குக்கு சொல்லத் தொடங்கியது.

"மனிதர்களில் காந்தித் தாத்தாவை மட்டும் நாம் மறக்கவே கூடாது" என்றது அம்மாக் குரங்கு.

"ஏம்மா, அப்படிச் சொல்றே..?" என்றது குட்டிக் குரங்கு.

"காந்தித் தாத்தாதான் நம்மை வைத்து மனிதர்களுக்கு ஒரு உண்மையை உணர்த்தினார். அதாவது, மூன்று குரங்குப் பொம்மைகளை மனிதர்களுக்கு சுட்டிக் காட்டினார். அதில் ஒரு குரங்கு வாயைப் பொத்தியபடி உட்கார்ந்திருக்கும். இதற்கு 'தீயவற்றைப் பேசாதே' என்று அர்த்தம். இரண்டாவது குரங்கு கண்களைப் பொத்தியபடி உட்கார்ந்திருக்கும். 'தீயவற்றைப் பார்க்காதே' என்பதே இதன் அர்த்தம். மூன்றாவது குரங்குப் பொம்மை காதைப் பொத்தியபடி இருக்கும். இதற்குப் பொருள், 'தீயவற்றைக் கேட்காதே' என்று அர்த்தம். இப்படி நம் இனத்தையே பெருமைப்படும்படி செய்தவர்தான் காந்தித் தாத்தா" என அம்மாக் குரங்கு சொன்னதைக் கேட்டு குட்டிக் குரங்கு சந்தோஷத்தில் துள்ளிக் குதித்தது.

"இன்னொரு விஷயமும் இருக்கு. அதாவது 'மங்கி கேப்' என மனிதர்கள் நம் பெயரைத்தான் தொப்பிக்கு வைத்திருக்கிறார்கள்" என்றது அம்மா குரங்கு.

"அப்படியா..?" என்று வியந்தது குட்டிக் குரங்கு.

"ஆமாம், அந்த வியாபாரிக்குத் தொப்பியை திருப்பித்தரும் போது அதை நம் நண்பர்கள் காதுவரை இழுத்துவிட்டுத்தான் கொடுத்தனர். இப்படி காதுகளையும் மூடி தொப்பி அணிய

முடியுமென்று மனிதர்களுக்கு உணர்த்தியதே நாம்தான்..." என்று அம்மாக் குரங்கு சொல்லி முடிக்கும்போது குட்டிக் குரங்கு குறட்டை விட்டு நிம்மதியாகத் தூங்கிக் கொண்டிருந்தது.

□

குரங்கின் குறுந்தகவல் கதையை வாசித்தவர்
மெஹர் ஷெரின்

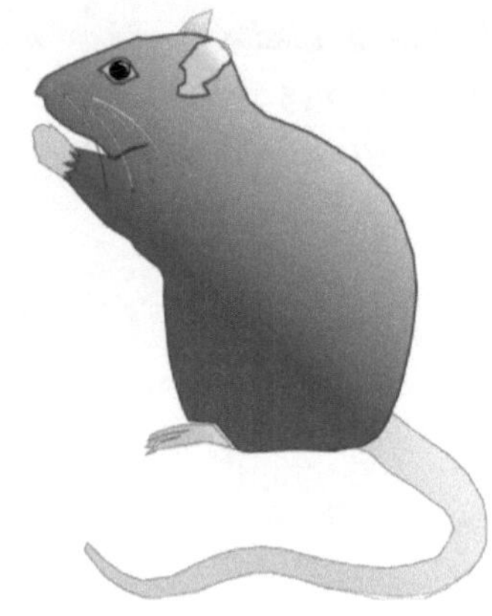

5

நிழலும்... நிஜமும் ஓர் அதிசயம் நடந்தது.

இரவில் அங்குமிங்கும் ஓடியாடி சுற்றிக் கொண்டிருக்கும் வீட்டு எலியும், எங்குமே ஓடாமல், இப்படி அப்படி மட்டும் அசைந்து கொண்டிருக்கும் கம்ப்யூட்டர் 'மவுஸ்'சும் ஒன்றையொன்று சந்தித்துக் கொண்டன.

இதோ இனி அரட்டை கச்சேரி...

"யாரு நீ? உன்னைப் பார்த்தாலே எனக்குப் பயமா இருக்கு" என்று நடுங்கிக்கொண்டே கேட்டது வீட்டு எலி.

"பயப்படாதே! நான் உன்னை ஒன்றும் செய்ய மாட்டேன். நானும் உன்னைப்போல் ஒரு எலிதான்! ஆனால், நான் மனிதனால் உருவாக்கப்பட்டவன். கம்ப்யூட்டரைப் பயன்படுத்திவிட்டு ஆஃப் செய்யாமல் என் முதலாளி சென்றுவிட்டார். அதனால்தான் நான் இப்போது உன்னோடு பேசிக் கொண்டிருக்கிறேன்" என்று குரல் கம்மியவாறு சோககீதம் பாடியது 'மவுஸ்'.

"ஆமாம், நீ என்னவெல்லாம் சாப்பிடுவே?" என்றது வீட்டு எலி.

"எனக்குப் பசி என்ற ஒரு உணர்வே இல்லை. பசி என்றால் என்னவென்றே எனக்குத் தெரியாது. மின்சாரம் வந்தால் உயிர் பெறுவேன். மின்சாரம் இல்லாவிட்டால் இறந்துவிடுவேன். தினம் தினம் செத்துச் செத்துப் பிழைத்துக் கொண்டிருக்கிறேன்" என்று தன்னைப் பற்றி ஒரு சிறு அறிமுக உரையை நிகழ்த்தியது மவுஸ்.

'இது ஏதோ வித்தியாசமான விலங்காக இருக்கும் போலிருக்கே. உடனே நாம இடத்தைக் காலி பண்ணிடணும்' என நினைத்து ஓட்டமெடுக்கத் தயாரானது வீட்டு எலி.

"நில்! நீயும் போய்விட்டால் எனக்குப் பொழுதே போகாது. நாமிருவரும் கொஞ்ச நேரம் பேசிக் கொண்டிருப்போம். ஏதாவது ஒரு கதை சொல்லேன்... ப்ளீஸ்" என்றது மவுஸ்.

மவுஸைப் பார்த்துப் பரிதாபப்பட்ட வீட்டு எலி கதை சொல்லத் தயாரானது.

"ஒரு ஊரில் ஒரு மனிதன் இருந்தான். அவனது வீடு இடிந்துபோய் பாழடைந்த நிலையில் இருந்தது. இப்படிப்பட்ட வீடுகளில் நாங்கள் அதிகமாக வசிப்போம். இந்த வீட்டில் வசித்து வந்த எலி ராஜாவின் மகளுக்குத் திருமணம் நிச்சயம் செய்யப்பட்டது. எங்கள் இனத்தவர்கள் எல்லோரும் மிகவும் குஷியாக வேலை பார்த்தனர். பாட்டெல்லாம் பாடிக்கொண்டு சந்தோஷமாக இருந்தார்கள்" என பரவசமாக கதை சொல்லிக்கொண்டு இருந்தது. இடைமறித்த மவுஸ், "பாட்டெல்லாம் பாடினாங்களா..? அது என்ன பாட்டு?" என்று ஆர்வமானது மவுஸ்.

"ஒரெலி ஓடி வந்து ஊருக்கெல்லாம் சொல்லிச்சாம்...
இரண்டெலி ஓடி வந்து இரத்தினக் கம்பளம் போட்டுச்சாம்...
மூவெலி ஓடி வந்து வீடியோ போட்டோ எடுத்துச்சாம்...
நாலெலி ஓடி வந்து நாதஸ்வரம் வாசிச்சுச்சாம்...
ஐந்தெலி ஓடி வந்து மேக்கப் போட்டுச்சாம்...
ஆறெலி ஓடி வந்து ஆரத்தி எடுத்துச்சாம்...
ஏழெலி ஓடி வந்து ஆர்க்கெஸ்ட்ரா நடத்திச்சாம்...
எட்டெலி ஓடி வந்து ஐஸ்கிரீம் கொடுத்திச்சாம்...
ஒன்பதெலி ஓடி வந்து பந்திப்பாய் போட்டிச்சாம்...
பத்தெலி ஓடி வந்து பாக்குவெத்திலை தந்திச்சாம்..."

இப்படியெல்லாம் பாட்டுப் பாடி சந்தோஷமாக இருந்தனர். முகூர்த்த நேரமும் வந்துவிட்டது. அப்போதுதான் அந்த அதிர்ச்சிகரமான சம்பவம் நடந்தது. அதாவது, அந்த வீட்டு மனிதன் எங்க இனத்தவர்கள் மீது பூனையை ஏவினான். இந்த திடீர் தாக்குதலை எதிர்பாராமல் இருந்த சிலர் பூனைக்கு உணவாகிப் போனார்கள். மற்றவர்கள் ஆளுக்கொரு திசையாக ஓடிப் பிரிந்துவிட்டார்கள். அப்போது இருந்து எங்கள் பரம்பரையே காடு, மலை, புதர்கள் என்று ஒளிந்துகொண்டே வாழ்ந்து வருகிறோம். எங்க ராஜாவின் மகளுக்கு இன்னமும் திருமணம்

செய்ய முடியவில்லை. பூனைக்கு மணி கட்டவும் முடியலை. எலிராஜா வீட்டுத் திருமணத்துக்கு இன்னமும் உணவுப் பொருள் சேர்க்க முடியவில்லை" என கவலையாகக் கதை சொல்லி முடித்தது வீட்டு எலி.

"கவலைப்படாதே! நடப்பது எல்லாம் நன்மைக்குத்தான் என நினைத்து மனதில் தன்னம்பிக்கை கொள்" என ஆறுதல் சொன்னது மவுஸ்.

"...ம்மம், மனிதர்கள் எங்களை ஒரு உயிரினமாகக் கூட மதிப்பது இல்லை. மனிதர்களுக்கும், பூனைகளுக்கும் பயந்து ஓடிக்கொண்டே இருக்கிறோம்" என்று புலம்பியது வீட்டு எலி.

"வீட்டு எலி என்ற ஒன்றே இருக்கக்கூடாது என்று உங்களை அழிக்க நினைக்கும் அதே மனிதர்கள், இனி கம்ப்யூட்டர் மவுஸ் இல்லாமல் இருக்கவே முடியாது. உங்கள் மீதிருக்கும் மறக்க முடியாத பாசத்தால்தான் எங்களுக்கு 'மவுஸ்' என்று பெயர் வைத்து இருக்கிறார்களோ, என்னவோ..! அதனால் நீ கலங்க வேண்டாம்" என மவுஸ் மீண்டும் ஆறுதல் சொன்னது. இதையடுத்து சந்தோஷப்பட்ட வீட்டு எலி, துள்ளிக்குதித்து உற்சாகமாகப் புறப்படத் தயாரானது.

"ஒரு சின்ன விண்ணப்பம்! மின்சார ஒயர்கள் எதையும் கடித்துவிடாதே. மின்சாரம் தடைப்பட்டால் என் உயிருக்குத்தான் ஆபத்து! இதை உன் நண்பர்களிடமும் சொல்லி விடு!" என்று கோரிக்கை வைத்தது மவுஸ்.

மனிதனின் பெரிய கண்டுபிடிப்பான மவுஸே, உயிருக்காக தன்னிடம் மன்றாடியதை எண்ணி மிகவும் பெருமைப்பட்ட வீட்டு எலி, தன் நண்பர்களிடம் அதைச் சொல்லிச்சொல்லி பெருமைப்பட்டுக் கொண்டது.

□

நிழலும்... நிஜமும் கதையை வாசித்தவர் முகமது ஆதில்

6

வெச்சக் குறி தப்பியது

அது ஒரு பெரிய வனவிலங்குச் சரணாலயம்.

பிறந்து ஒரு வாரமே ஆன தன் குட்டிகளுடன் பாவை என்றொரு மான் சந்தோஷமாக வாழ்ந்து வந்தது. சரணாலயத்தின் வேலி அருகே சென்று மான் குட்டி ஒன்று வேடிக்கை பார்த்துக் கொண்டிருந்தது. இதைக் கவனித்த பாவை மான், தன் குட்டியை சத்தம் போட்டு அழைத்தது. அம்மாவின் சத்தம் கேட்டு குட்டிமானும் துள்ளிக்குதித்து ஓடோடி வந்தது. அப்போது வேலிக்கு வெளியே சிலர் நின்று தன்னை வேடிக்கை பார்ப்பதைக் கவனித்தது குட்டி மான்.

"அம்மா, அது யாரு? எதுக்காக நம்மளையே பார்த்துட்டு இருக்காங்க..?" என்றது குட்டிமான்.

"அவங்கதான் மனிதர்கள். மிகவும் ஆபத்தானவர்கள்" என்று சற்று பதட்டத்துடனே கூறியது பாவை மான்.

"ஆபத்தானவர்களா..? நீ என்னம்மா சொல்றே..?" என்று புரியாமல் மீண்டும் கேட்டது குட்டிமான்.

"நானும், நம் முன்னோர்களும் காடுகளில் பெருமளவில்

வாழ்ந்து வந்தோம். இந்த மனிதர்கள்தாம் நம்மை வேட்டையாடி நம் இனத்தையே அழித்தனர். தற்போது மிகவும் சொற்ப அளவில் இருக்கும் நம் இனத்தவர்கள் சிலரையும் இப்படி சரணாலயங்களில் கொண்டு வந்து அடைத்துவிட்டனர். தன் வாரிசுகளை சந்தோஷப்படுத்துவதற்காக இப்படி சரணாலயங்களில் நம்மையெல்லாம் அடைத்து வைத்துள்ளனர்" என்று நீண்டதொரு விளக்கம் கொடுத்தது பாவை மான்.

"அப்படியா..!" என்றது குட்டி மான்.

"இதுபற்றி உனக்கு ஒரு கதை சொல்கிறேன். கவனமாகக் கேள்" என்று கதையை ஆரம்பித்தது பாவை மான்.

"நம் முன்னோர்கள் எல்லோரும் காடுகளில் மிகவும் சுதந்திரமாகவும், சந்தோஷத்துடனும் வாழ்ந்து வந்தோம்..!" உடனே குட்டி மானுக்கு ஒரு சந்தேகம்!

"காடுன்னா என்னம்மா? நான் இன்னமும் அதைப் பார்த்ததே இல்லையே..." என்று சற்று ஏக்கத்துடனே கேட்டது குட்டிமான்.

"காடு என்றால் மிகப் பெரியதாக இருக்கும். அங்கு நம் உணவுக்கு பஞ்சமே இல்லை. எங்கு திரும்பினாலும் பசுமையாக புல்வெளிகள் பரந்து விரிந்து இருக்கும். அப்படிப்பட்ட காடுகளில்தான் நம் முன்னோர்கள் வாழ்ந்து வந்தனர். ஒரு நாள் எறும்பு ஒன்று நீரோடையில் சிக்கி மீள முடியாமல் மிகவும் கஷ்டப்பட்டுக் கொண்டிருந்தது. அதைக் கவனித்த ஒரு புறா, இலையைப் பறித்து நீரோடையில் வீசியது. அதை லாவகமாக பிடித்துக்கொண்டு கரை சேர்ந்தது அந்த எறும்பு. தன்னைக் காப்பாற்றிய புறாவுக்கு நன்றி சொல்லிவிட்டு எறும்பு சென்றுவிட்டது. ஒருநாள் வேட்டைக்கார மனிதன் ஒருவன், அந்தப் புறா மீது அம்பை எய்வதற்கு குறி பார்த்துக் கொண்டிருந்தான். இதைப் புறா கவனிக்கவில்லை. ஆனால், எறும்பு கவனித்துவிட்டது.

'நமக்கு உதவி செய்த புறா, சாகப்போகிறதே' என்று பரிதாபப்பட்ட எறும்பு, புறாவை உடனடியாகக் காப்பாற்ற நினைத்தது. சாதுர்யமாகச் செயல்பட்டு, வேட்டைக்காரன் அம்பை எய்தும் தருவாயில் அவனது காலைக் கடித்தது. அவ்வளவுதான்! அம்பின் பாதை மாறியது. புறாவும் தப்பித்தது. புறாவைக் காப்பாற்றிய சந்தோஷத்தில் எறும்பும் ஆட்டம் போட்டது. ஆனால், அப்போதுதான் நம் இனத்தவர்களுக்கே பிரச்னை

தொடங்கியது. பாதை மாறிச் சென்ற அந்த அம்பு அருகில் மேய்ந்து கொண்டிருந்த நம் இனத்தவர்களின் கூட்டத்துக்குள்ளே பாய்ந்தது. இதில் மான் இனத் தலைவர் பலியானார்.

'சிறிய புறாவை வேட்டையாட வந்த நமக்குப் பெரிய மானே கிடைத்துவிட்டது' என்று சந்தோஷப்பட்டான் வேட்டைக்காரன். இதையடுத்துத் தொடர்ந்து நம் இனத்தவர்களையே வேட்டையாடத் தொடங்கினான். அவனைப் பார்த்து மற்ற மனிதர்களும் நம்மை வேட்டையாட ஆரம்பித்தனர். இதனால் நம் இனம் தற்போது பெரிய அளவில் அழிந்துவிட்டது. இப்போது புரிகிறதா, மனிதர்கள் எத்தனை ஆபத்தானவர்கள் என்று?" எனக் கேட்டபடி கதையை முடித்தது பாவை மான். கதையைக் கேட்டவுடன், மனிதர்கள் பற்றிய பயத்தில் உறைந்தே போனது குட்டி மான். அப்போது குட்டி மானின் முகத்தில் 'பளிச்'சென ஒரு ஒளி பட்டுத் தெறித்தது. ஒளி வந்த திசையை நோக்கிப் பார்த்தது குட்டி மான். ஒரு சுட்டிப் பையன் குட்டி மானை போட்டோ எடுத்துக் கொண்டிருந்தான். அவனைப் பார்த்து முறைத்தது குட்டி மான்!

□

வெச்ச குறி தப்பியது கதையை வாசித்தவர் ஸ்ரீஹரி

7

பாலுக்குப் பாதி... குளத்துக்கு மீதி!

"அம்மா பசிக்குது..." என்று கன்றுக்குட்டி களைப்பாகச் சொன்னது.

பாசத்துடன் கன்றுக்குட்டியை நக்கிக்கொடுத்த பசு, "அழாதே கண்ணு! இந்த மனிதர்கள் எப்பவுமே இப்படித்தான். என்ன செய்வது! இவர்கள் நம் எஜமானர்கள் ஆயிற்றே! அதனால் கொஞ்சம் பொறுத்துக் கொள்ளத்தான் வேண்டும். இதுகூட பரவாயில்லை. பேராசை பிடித்த சில மனிதர்கள் நம் பாலில் தண்ணீர் கலந்து கொள்ளை லாபம் பார்க்கின்றனர்" என்று கவலையாகச் சொன்னது பசு.

"இதென்னம்மா கொடுமை? இதை நாம் தடுத்து நிறுத்த முடியாதா..?" என்று உணர்ச்சிவசப்பட்டுக் கேட்டது கன்றுக்குட்டி.

"நாம் ஒன்றுமே செய்ய முடியாது. ஏனெனில் மனிதர்களுக்கு நாம் அடிமைகள்! ஆனால், சிறிது காலங்களுக்கு முன்னால் நம் முன்னோர்களில் ஒருவர் மனிதர்களுக்குத் தக்க பாடம்

ஒன்றைக் கற்றுக்கொடுத்தனர்" என்று பசு சொன்னதைக் கேட்டு ஆர்வமானது கன்றுக்குட்டி!

"அப்படியா..! என்ன பாடத்தையம்மா மனிதர்களுக்குக் கற்றுக்கொடுத்தனர்?" என்று கேள்வியால் தன் அம்மாவைத் துளைத்தெடுத்தது.

"நம் பாலில் தண்ணீர் கலந்து விற்பனை செய்த ஒரு பேராசைக்கார மனிதனுக்கு நம் முன்னோர்களில் ஒருவரான மாரி என்ற பசு சரியான பாடம் புகட்டியது. அந்தக் கதையைச் சொல்கிறேன் கேள்!" என்று கதை சொல்ல ஆரம்பித்தது பசு. பசியை மறந்து கதை கேட்க கன்றுக்குட்டியும் ஆர்வமானது.

"ஒரு ஊரில் பேராசைக்கார விவசாயி ஒருவன் இருந்தான். மாரி என்ற பசு அந்த விவசாயிக்கு காலையும் மாலையும் அதிக அளவில் பால் கொடுத்தது. ஆனால், மாரிக்குத் தேவையான வைக்கோல், புண்ணாக்கு போன்ற உணவுகளை அந்த விவசாயி சரிவரக் கொடுப்பது இல்லை. இருப்பினும், தன் எஜமானருக்கு விசுவாசத்துடன் அதிகமான பாலைக் கொடுத்து வந்தது.

ஒரு நாள் மாரி கொடுத்த பாலை எடுத்துக்கொண்டு கடைத்தெரு நோக்கிச் சென்றுகொண்டிருந்தான். அப்போது வழியில் ஒரு குளம் இருந்தது. குளத்தில் இருந்த சுத்தமான தண்ணீரைப் பார்த்தவுடன், விவசாயி ஒரு திட்டம் போட்டான். பால் கேன்களுடன் குளத்தில் இறங்கி, பாலில் குளத்துத் தண்ணீரைக் கலந்தான்.

இதனால் இரண்டு லிட்டராக இருந்த பால் நான்கு லிட்டராக ஆனது. 'இன்று கொள்ளை லாபம் பார்க்கப் போகிறேன்' என்ற எண்ணத்தில் முக மலர்ச்சியுடன் கடைத்தெருவுக்குள் சென்று பாலை விற்பனை செய்தான். 'இதென்னப்பா பால் வெறும் தண்ணீயா இருக்கு?' என்று மக்கள் கேட்டனர்.

'இதில் என்னோட தப்பு ஒண்ணும் இல்லீங்க. என் வீட்டுல இருக்குற மாரி பசு, தண்ணியாத்தான் பால் கொடுக்குது. அதை அப்படியே கொண்டுவந்துதான் உங்களுக்கு விற்பனை செய்கிறேன்' என்று அப்பாவி போல் நடித்தான். இதை மக்களும் நம்பிவிட்டனர்.

எல்லோரும் மாரி பசுவைத் திட்டினார்கள். இதைக் கவனித்த நம் குரங்கு மாமா ஒன்று வேகமாக ஓடி மாரியிடம் விஷயத்தைச் சொன்னது. இதைக் கேட்டு மாரி அதிர்ச்சியடைந்தது. 'என் எஜமானனுக்கு எவ்வளவு விசுவாசமாக நடந்துகொண்டேன்.

ஆனால், என் மீது வீண்பழி சுமத்திவிட்டானே' என்று குரங்கிடம் வருந்தியது மாரி பசு.

'நீ கவலைப்படாதே! உன் எஜமானனுக்கு நாம் பாடம் கற்றுத்தருவோம்' என்று ஆறுதல் சொன்னது குரங்கு. இருவரும் சேர்ந்து திட்டம் தீட்டினார்கள். ஒருநாள் பாலை விற்று ஏராளமான காசுகளுடன் விவசாயி வந்து கொண்டிருந்தான். வரும் வழியில் களைத்துப்போய் ஒரு மரத்தின் அருகில் படுத்தான். மாரி பசு சொன்ன திட்டத்தின்படி விவசாயியிடம் இருந்த காசு மூட்டையை எடுத்துக் கொண்டு ஓட்டம் பிடித்தது குரங்கு. இதைப் பார்த்த விவசாயி குரங்கைத் துரத்திக்கொண்டே ஓடினான். அதே குளத்துக்குச் சென்று அங்கிருந்த மரத்தின்மேல் அமர்ந்து கொண்டது குரங்கு. காசு மூட்டையில் இருந்த காசுகளை எடுத்து, ஒரு காசை தரையிலும், மற்றொரு காசை குளத்துக்குள்ளும் விட்டெறிந்தது குரங்கு. தரையில் விழுந்த காசுகளை விவசாயி அவசர அவசரமாகப் பொறுக்கினான்.

'ஏன் இப்படி முட்டாள்தனமாக நடந்து கொள்கிறாய்?' என்று குரங்கைப் பார்த்து கோபத்துடன் கேட்டான் விவசாயி. இந்தக் குளத்து நீரை பாலில் கலந்துதானே விற்பனை செய்து காசுகளைச் சேர்த்தாய். அதனால்தான் இந்தக் குளத்து நீருக்குப் பாதி காசு. உன் பாலுக்குப் பாதி காசு என்று விளக்கம் கொடுத்தது குரங்கு.

இதையடுத்து தன் தவறை உணர்ந்துகொண்ட விவசாயி, குரங்கிடமும், மாரியிடமும் மன்னிப்பு கேட்டான். அன்று முதல் மாரியையும் நன்றாக விவசாயி பராமரிக்கத் தொடங்கினான்" என்று கதை சொல்லி முடித்தது பசு.

"சூப்பர்மா..." என்று சந்தோஷத்தில் துள்ளிக்குதித்தது கன்றுக்குட்டி.

"...இப்போதும்கூட மனிதர்கள் பாலில் தண்ணீர் கலக்கின்றனர். ஆனால் அதற்கு நம்மைப் போன்ற பசுக்கள் காரணமல்ல. பசு வைத்திருப்பவர்கள்தான் காரணம் என்று பல மனிதர்களுக்கு இப்போது தெரிந்துவிட்டது. அதுமட்டுமல்ல, தண்ணீர் கலந்த பால் மனிதனுக்குத்தான்! கன்றுக்குட்டிகளான உங்களுக்கு அதை மனிதன் புகட்டுவது கிடையாது! உங்களைப் போன்ற கன்றுக்குட்டிகள் இறந்துபோகும் சமயத்தில் நாங்கள் பால் கொடுக்க மாட்டோம். அப்போது வைக்கோலை அடைத்து உங்களைப் போலவே உருவம் ஒன்றை செய்து எங்களின் அருகில்

வைத்து மனிதர்கள் பால் கறப்பார்கள். அது பொம்மைதான் என்று எங்களுக்கும் தெரியும். இருப்பினும் 'நாம் பால் கொடுக்கவில்லையென்றால் மனிதர்களின் குழந்தைகள் பசியால் வாடிப்போகுமே' என்ற நல்லெண்ணத்தில்தான் அப்போதும் பால் கொடுக்கிறோம்" என்று பெருந்தன்மையாகச் சொன்னது பசு.

கதைக் கேட்ட சந்தோஷத்தில் துள்ளிக்குதித்து அம்மாவிடம் பால் குடிக்க ஓடியது கன்றுக்குட்டி!

□

பாலுக்கு பாதி குளத்துக்கு மீதி! கதையை வாசித்தவர்
அபிஷேக்

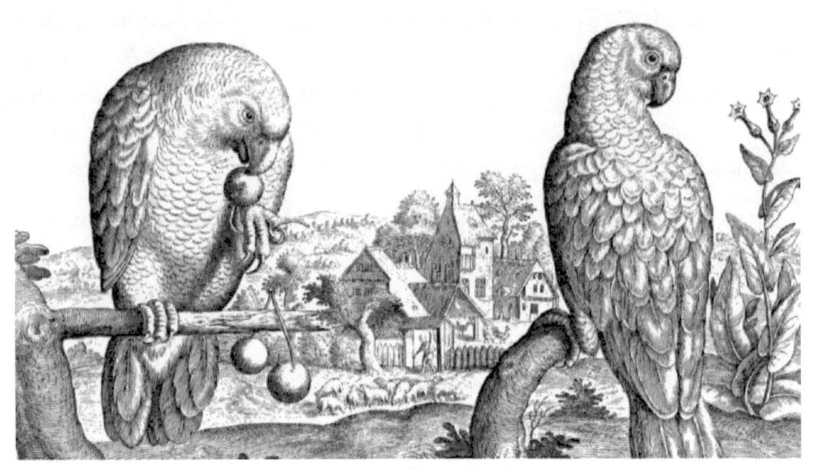

8
கிளிப் பேச்சு கேட்க வா!

ஒரு பனைமரத்தின் உச்சிப் பொந்தில் கிளி ஒன்று தன் குஞ்சுடன் வசித்து வந்தது. தாய்க்கிளி, தான் கொண்டுவந்த பழத்தை கொஞ்சம் கொஞ்சமாக பிய்த்து தன் குஞ்சுக்கு ஊட்டியது. வழக்கம்போலவே குஞ்சுக் கிளி சாப்பிட அடம் பிடித்தது.

"கீக்கி பாப்பா... நீ என் செல்லம்ல. அடம் பிடிக்காம நீ சாப்பிட்டீன்னா, உனக்கு ஒரு கதை சொல்வேன்" என்றது தாய்க்கிளி.

"நீ முதல்ல கதை சொல்லு. அப்புறமா சாப்பிடுறேன்" என உஷாராகப் பேசியது குஞ்சு கிளி.

"சரி, இந்த ஒரு துண்டுப் பழத்தைச் சாப்பிடு. கதை சொல்றேன்" என்று குஞ்சுக்கு பழத்தை ஊட்டிவிட்டு கதை சொல்ல ஆரம்பித்தது தாய்க்கிளி.

"நான் இப்போ சொல்லப்போவது நிஜமாவே நடந்த கதை. கவனமா கேள்.

அருகிலுள்ள தோப்பு வழியா ஒருநாள் ஒரு மனுஷன் போய்கிட்டு இருந்தான். அப்போ திடீர்ன்னு மழை வந்துடுச்சு. உடனே பக்கத்துல இருந்த ஒரு மரத்துக்கு அடியில போய்

நின்னுட்டான். அந்த மரத்துக்கு மேலயிருந்த நம் முன்னோரான கிளி, 'ச்சீ... வராதே! நீ தொலைந்தாய். கொலை செஞ்சுடுவேன். ஜாக்கிரதை...'ன்னு அவனை மிரட்டுச்சு. இதுல அதிர்ச்சியாகிப் போன அந்த மனுஷன், அங்கிருந்து மற்றொரு மரத்துக்கு அடியில போய் நின்னுட்டான்.

'வாருங்கள்... உட்காருங்கள்... மிகவும் களைப்பாக இருப்பீர்கள் போலிருக்கே... ஏதாவது சாப்பிடுகிறீர்களா?' அப்படுன்னு ஒரு வரவேற்புக் குரல் வந்துச்சு. இதைக் கேட்டுத் திகைச்சுப் போன அந்த மனுஷன், எல்லாப் பக்கமும் சுத்திச்சுத்திப் பார்த்தான். யாரையுமே காணல. குழப்பமாகி, 'டக்கு'ன்னு மரத்துக்கு மேல பார்த்தான். அங்கிருந்த கிளிதான் மீண்டும் அவனுக்கு வரவேற்பு கொடுத்துச்சு. இந்த ரெண்டு சம்பவங்களால ரொம்பவே குழம்பிட்டான்...'' என தாய்க்கிளி கதை சொல்லிக் கொண்டிருக்கும்போது குஞ்சுக் கிளி இடைமறித்து கேள்வி கேட்டது.

"ஏம்மா, அவன் குழம்பினான்!"

"சமத்தா கேள்வி கேட்டே! அதாவது, ஒரு கிளி அவனை, 'கொன்னுடுவேன்னு' மிரட்டுச்சு. இன்னொரு கிளி, 'வாங்க... சாப்பிடுறீங்களா...'ன்னு கேட்டுச்சு. இதனால, 'என்னடா இது, ரெண்டுமே கிளிகள்தான்! ஆனா, ஒரு கிளி நமக்கு வரவேற்பு கொடுக்குது. இன்னொரு கிளியோ, நம்மை கொன்னுடுவேன்னு பயமுறுத்துது. இந்தக் கிளிகளோட குணம் வெவ்வேறா இருக்க என்ன காரணம்னு' நினைச்சுதான் அந்த மனுஷன் குழம்பினான்.

கடைசியா ஒரு முடிவுக்கு வந்தான். அதாவது, 'கொலை செஞ்சுடுவேன்னு மிரட்டிய அந்தக் கிளி பின்னாடியே போவோம். அது எங்க போகுது, யாரோடெல்லாம் பழகுதுன்னு தெரிஞ்சுக்குவோம். அதேமாதிரி நமக்கு வரவேற்பு கொடுத்த ரெண்டாவது கிளி பின்னாடியும் போய்ப் பார்ப்போம். இதுல ஏதாவது விடை கிடைக்கும்னு' நினைச்சான். உடனே முதலாவது கிளி பின்னாடி போய் பார்த்தான்.

அந்தக் கிளி நேரா, ஒரு வேட்டைக்காரன் வீட்டுக்குப் போச்சு. வேட்டைக்காரன் வீட்டுல இருந்த பழங்களை கொத்திக்கொத்தித் தின்னுச்சு. அப்போ, வேட்டைக்காரன், 'கொன்னுடுவேன்... உன்னைத் தொலைச்சுடுவேன்னு' மற்ற மிருகங்களைப் பயமுறுத்திகிட்டு இருந்தான். இதைப் பார்த்த அந்தக் கிளியும்,

வேட்டைக்காரன் மாதிரியே பேசிப் பார்த்துச்சு. 'கொன்னுடுவேன்... உன்னைத் தொலைச்சுடுவேன்' அப்படிங்கிறதை சரளமா அந்தக் கிளி பேசிப் பழகிடுச்சு. இதை அந்த மனுஷன் மறைஞ்சிருந்து பார்த்தான்.

உடனே, ரெண்டாவது கிளி பின்னாடியும் போனான். அது ஒரு கோயில் மண்டபத்துக்குப் பக்கத்துல இருந்த மரத்துல போய் உட்கார்ந்துச்சு.

கோயில் மண்டபத்துல அன்னதானம் நடந்துட்டு இருந்துச்சு. கோயில் மண்டபத்துல இருந்த சில பேரு, 'வாங்க, சாப்பிடுங்க... ரொம்ப களைப்பா இருப்பீங்க போலிருக்கே...' என அங்கிருந்த பக்தர்களை வரவேற்று உபசரிச்சுட்டு இருந்தாங்க. இதைப் பார்த்துட்டேயிருந்த அந்தக் கிளியும், மத்தவங்களுக்கு வரவேற்பு கொடுக்குற மாதிரியே பேசிப் பழகிடுச்சு. இதையும் மறைஞ்சு பார்த்துட்டிருந்தான் அந்த மனுஷன்.

கடைசியா ஒரு தெளிவான முடிவுக்கு அவன் வந்தான். அதாவது, வேட்டைக்காரன் வீட்டுக்குப் போன முதலாவது கிளி, அவனை மாதிரியே பேசிப்பழகிடுச்சு. அதேமாதிரி அன்னதானம் நடக்குற கோயில் மண்டபத்துக்குப் போன ரெண்டாவது கிளி, மத்தவங்களுக்கு எப்படி வரவேற்பு கொடுக்கணும்னு கத்துக்கிச்சு. இந்த சம்பவங்களை வெச்சு, 'பிறப்பு அப்படிங்கிறது எல்லாருக்குமே ஒண்ணுதான்! வளர்கிற சூழல்தான் ஒருவரோட நடத்தையையும், குணநலன்களையும் தீர்மானிக்குது' அப்படிங்கிற ஓர் உயரிய பாடத்தை நம் இனத்தின் மூலம் அந்த மனுஷன் கத்துக்கிட்டான்.

இதை மத்த மனுஷங்ககிட்டேயும் போய்ச் சொன்னான். பலர் நம் இனத்தைப் பாராட்டினாங்க. ஆனா, சிலரோ நம்மையெல்லாம் துன்புறுத்த ஆரம்பிச்சுட்டாங்க..." என வருத்தமாகச் சொன்னது தாய்க்கிளி.

"எப்படிம்மா..." என ஏக்கமாகக் கேட்டது குஞ்சு கிளி.

"மனுஷங்க மாதிரியே ஓரளவு பேச முடியுற பறவை நாம மட்டும்தான்! இதை வெச்சு கிளிகளுக்கு எதிர்காலத்தைக் கணிக்கிற திறமை இருக்குன்னு நினைச்சு சில மனுஷங்க நம் இனத்தவர்களை ஜோசியக் கிளிகளா கூண்டுக்குள்ளே அடைக்க ஆரம்பிச்சுட்டாங்க. இன்னும் சிலரோ, காதல் பறவைகளாக நம் இனத்தைக் கருதி கூண்டுக்குள்ளே அடைச்சு வெச்சு ரசிக்கிறாங்க. அதனால நீ

ரொம்ப ஜாக்கிரதையா இருக்கணும்" என கதையின் மூலம் குஞ்சு கிளிக்கு பாதுகாப்பைப் பற்றிச் சொன்னது தாய்க்கிளி!

'அம்மா சொன்னபடி கேட்டு நடக்கணும்...' என்று முடிவு செய்த குஞ்சுக் கிளி, அம்மா கொடுத்த பழத்துண்டுகளை அடம் பிடிக்காமல் சாப்பிட்டது. தான் சொன்ன கதையின் மூலம் குஞ்சுக் கிளி அடம்பிடிக்காமல் சாப்பிடுவதைக் கண்டு தாய்க்கிளி சந்தோஷப்பட்டது!

□

கிளி பேச்சு கேட்கவா கதையை வாசித்தவர் ஷஹரி

௫

'மனசால்தான் மவுசு'

"அம்மே... ஹே... ஹே" என குட்டி அழைப்பதை அறிந்து கிடா ஆடு வேகமாக அதனிடம் சென்றது.

"என்ன வேணும்? பச்சைப் புல்தான் நிறைய கிடக்குதே..." என்று குட்டியிடம் கேட்டது. தன் தந்தையான கிடா ஆட்டிடம் கொஞ்சி விளையாடிய படியே அதனிடம் ஒரு கேள்வி கேட்டது குட்டி ஆடு. சுட்டிகளைப் போலவே குட்டி ஆட்டுக்கும் கேள்வி கேட்பதென்றால் மிகவும் பிடிக்கும்.

"ஏப்பா, நாமெல்லாம் கறுப்பு ஆடுகள் தானே..? ஆனா, மனுஷங்க ஏன் வெள்ளாடுன்னு நம்மைச் சொல்றாங்க..." என்று கேட்டது.

தன் குட்டி புத்திசாலித்தனமாகக் கேள்வி கேட்பதை நினைத்துப் பெருமைப்பட்ட கிடா ஆடு, "மனுஷங்க எப்பவுமே இப்படித்தான்... அவங்க செய்றது சிலசமயம் வினோதமா இருக்கும். நான் இப்போ ஒரு கதை சொல்றேன். அந்தக் கதையில உன் கேள்விக்கான சரியான பதில் இருக்கு" என்று கதை சொல்ல ஆரம்பித்தது.

அப்போது குட்டியுடன் சேர்ந்து ஆர்வமாக கதை கேட்க அம்மா ஆடும் கலந்து கொண்டது.

"ஒரு ஊர்ல பெண் ஒருத்தி ஆசை ஆசையாக ஆட்டுக்குட்டி வளர்த்து வந்தாள். உன்னைப் போலவே அதுவும் கறுப்பு ஆட்டுக்குட்டிதான்! அந்தக் குட்டியை விட்டு அவள் எப்போதுமே பிரியமாட்டாள். அந்தப் பெண்ணுக்கு ஒரு தம்பி இருந்தான். அவன் பொல்லாதவன். அவனுக்கு அந்த ஆட்டுக்குட்டியை கண்டாலே பிடிக்காது. ஒருமுறை ஆட்டுக்குட்டியை அவிழ்த்து விட்டுவிட்டான். அப்பாவியான அந்த ஆட்டுக்குட்டியோ அருகிலிருந்த தோட்டத்தில் சென்று மேய்ந்தது. இதைப் பார்த்த அந்தத் தோட்டத்துக்காரர், அந்த ஆட்டுக்குட்டியை அடித்து நொறுக்கி விட்டார். வலி தாங்க முடியாமல் ஆட்டுக்குட்டியும் அழுதுகொண்டே வீடுவந்து சேர்ந்தது. இதேபோன்ற ஒரு சம்பவம் மீண்டும் நடந்தது.

ஒருநாள் அந்தப் பெண் ஆட்டுக்குட்டியை வரப்புப் பகுதியில் கட்டிப் போட்டுவிட்டு நடவு வேலை செய்துகொண்டிருந்தாள். அருகிலிருந்த மரத்தில் மதிய சாப்பாட்டை மாட்டி வைத்திருந்தாள். அப்போது அங்கு வந்த அவளுடைய தம்பி, பாத்திரத்தில் இருந்த தயிர் சாப்பாட்டை எடுத்து அவளுக்குத் தெரியாமல் சாப்பிட்டான். இதைப் பார்த்துக்கொண்டிருந்த அந்த ஆட்டுக்குட்டியை அவிழ்த்துத் துரத்தினான். அங்குமிங்கும் சுற்றிவிட்டு சிறிதுநேரத்தில் மீண்டும் பழைய இடத்துக்கே ஆட்டுக்குட்டி வந்து சேர்ந்தது.

அப்போது பாத்திரத்தில் இருந்த பெரும்பகுதி உணவை சாப்பிட்டு முடித்திருந்தான். அருகில் வந்த ஆட்டுக்குட்டிக்கும் சிறிதளவு தயிர் சாப்பாடு கொடுத்தான். ஆனால், ஆட்டுக்குட்டி அதைச் சாப்பிடவில்லை. ஏனெனில், அது தன் எஜமான் சாப்பாடு என்றும், அதைச் சாப்பிடக் கூடாது என்றும் அந்த ஆட்டுக்குட்டி நினைத்தது. கடைசியாக இருந்த கொஞ்ச உணவையும் அவன் சாப்பிட்டுவிட்டு ஒன்றும் தெரியாததுபோல் அதேமாதிரி மரத்திலேயே பாத்திரத்தை மாட்டி வைத்துவிட்டான்.

சிறிதுநேரத்தில் பயங்கரமான பசியுடன் வந்தாள் அவள். பாத்திரத்தைத் திறந்து பார்த்தபோது அதில் சாப்பாடு இல்லாதது கண்டு திடுக்கிட்டாள். இதனால் அவளுக்குக் கோபம் அதிகமானது.

'நீ ஆசையாக வளர்க்குற இந்த ஆட்டுக்குட்டிதான் உன் சாப்பாட்டைத் திருடிச் சாப்பிட்டுவிட்டது' என்று புகார்

சொன்னான் அவன். இதைக் கேட்டு அதிர்ந்துபோன ஆட்டுக்குட்டி ஒன்றும் பேசமுடியாமலும், என்ன செய்வதென்று தெரியாமலும் அமைதியாகவே இருந்தது.

'இதுக்கு உடனே தண்டனை கொடு. உன் சாப்பாட்டைத் திருடித் தின்றுவிட்ட இந்த ஆட்டுக்குட்டியை உடனே அடித்துக் குழம்பு வை. அதை நாம் சாப்பிடுவோம்' என்று தன் சகோதரியிடம் சொன்னான். பசி மயக்கத்தில் இருந்த அவளும், எதைப் பற்றியும் சிந்திக்காமல் அருகிலிருந்த தடியை எடுத்து அந்த ஆட்டுக்குட்டியை அடித்தாள்.

'செய்யாத தப்புக்கு தண்டனை அனுபவிக்கிறோமே...' என்ற வருத்தத்தில் ஆட்டுக்குட்டியும் அடியைப் பொறுத்துக்கொண்டது.

ஆட்டுக்குட்டிக்கு அடி வாங்கிக் கொடுத்த சந்தோஷத்தில் அவள் தம்பி அங்கிருந்து சென்றுவிட்டான். பசியால் வாடிய அவளும் ஒரு மரத்து நிழலில் அமர்ந்து சற்று ஓய்வெடுக்கச் சென்றாள். அப்போதுதான் அவளுக்கு ஒரு விஷயம் தெரியவந்தது. அதாவது, அந்த மரத்துக்கு அடியில் தயிர் சாப்பாடு சிந்திக் கிடந்தது. அந்த இடத்தில் யாரோ ஒருவர் உட்கார்ந்து இருந்ததற்கான அடையாளமும் கண்டு சிந்திக்கத் தொடங்கினாள். 'தன் தம்பிதான் மதிய உணவை எடுத்துச் சாப்பிட்டிருக்கிறான். ஆனால், ஆட்டுக்குட்டியின்மீது பழி சுமத்திவிட்டுப் போய்விட்டான். நாமும் அவசரத்தில் ஆட்டுக்குட்டியைப் போட்டு அடித்துவிட்டோமே...!' என்று வருந்தினாள்.

'உன் தோல்தான் கறுப்பு... ஆனா, மனசெல்லாம் வெள்ளை! நீ சாதாரணமான ஆடு இல்லை. நீ வெள்ளாடு' என்று அந்த ஆட்டுக்குட்டியை அரவணைத்துக் கொண்டு அவள் அழுதாள்" என்று கிடா கதை சொல்லி முடித்தது.

கதைக் கேட்ட அம்மாவும், ஆட்டுக்குட்டியும் உணர்ச்சிவசப்பட்டவர்களாக இருந்தனர்.

"உங்களுக்கு இன்னொன்று தெரியுமா..? மனிதர்கள், சூழ்நிலைக்கேற்ப சில மனிதர்களை 'ஆடு' என்று அழைப்பார்கள்" என்று சஸ்பென்ஸாக பேசியது கிடா ஆடு.

"அப்படியா..! கொஞ்சம் விளக்கமாகச் சொல்லுங்கள்" என்று ஆர்வமானது அம்மா ஆடு!

"அதாவது, ஒரு மனிதன் தப்பு செய்துவிட்டு அதில் இன்னொரு மனிதனை மாட்டிவிட்டு தப்பு செய்தவன் தப்பித்துக் கொள்வான். இப்படி ஒரு தப்பு செய்யாமல் மாட்டிக் கொண்ட மனிதர்களைதான் 'பலி ஆடு' என்று அழைப்பார்கள்" என்று விளக்கியது கிடா ஆடு. கதை கேட்டு முடித்த திருப்தியிலும், தன் இனத்தவர்களின் பெருமையைப் பற்றியும் அறிந்துகொண்ட மகிழ்ச்சியில் துள்ளிக்குதித்து விளையாடியது குட்டி ஆடு.

□

மனசால்தான் மவுசு கதையை வாசித்தவர் அபிஷேக்

10
தில்லு முல்லு!

ஒரு மரத்தடியில் குரங்குகளை வைத்து ஒருவன் வித்தை காட்டிக் கொண்டிருந்தான். மக்கள் அனைவரும் ஆர்வத்துடன் குரங்குகள் செய்யும் சேட்டைகளைக் கண்டு ரசித்துக் கொண்டிருந்தனர். இறுதியாக மக்கள் போட்ட காசுகளை எண்ணி முடித்துக்கொண்டு குரங்குகளுடன் வித்தைக்காரன் புறப்பட்டான். வழியில் ஒரு மரத்தடியில் குரங்குகளைக் கட்டிப்போட்டுவிட்டு ஓய்வெடுத்தான். குரங்குகளும் விளையாட ஆரம்பித்தன.

இனி குரங்குகளின் காரசார விவாதம்...

"ஏம்மா, இந்நேரம் ஒரு டமாரம் இருந்தால் எவ்வளவு நல்லா இருக்கும்?" என்றது ஒரு குட்டிக் குரங்கு.

"டமாரக் குரங்கின் கதை உனக்குத் தெரியாது. அதனால்தான் இப்படியெல்லாம் ஆசைப்படுறே..." என்றது அம்மா குரங்கு.

"அதென்ன கதைம்மா..?" என்று எல்லாக் குட்டிக் குரங்குகளும் ஆர்வமாகின. அம்மா குரங்கும் கதை சொல்ல ஆரம்பித்தது.

"நம் முன்னோர் ஒருவர் பயங்கர சேட்டைக்காரராக இருந்தாரு. ஒரு மனிதனின் சலூன் கடைக்குள்ள போய் பயங்கரமா ரகளை

பண்ணுனாரு. இதனால கோபமான அந்த மனுஷன், கையிலிருந்த கத்தியால குரங்கு கால்ல லேசா காயப்படுத்திட்டாரு. வலியால துடிதுடிச்சுப் போன குரங்கு, 'டேய், என் காலை கிழிச்சதுக்காக ஒழுக்கமா உன் கத்தியைக் கொடுத்துடு... இல்லைன்னா அவ்வளவுதான்...' என அவனை மிரட்டுச்சு அந்த சேட்டைக்கார குரங்கு. பயத்துல அந்த மனுஷனும் கத்தியைக் கொடுத்துட்டான். கத்தி கிடைச்ச சந்தோஷத்துல ஆடிப் பாடிக்கிட்டே வந்த குரங்கு வழியியல ஒரு பாட்டியை சந்திச்சுது. அந்தப் பாட்டி விறகுகளை கையால முறிச்சுக்கிட்டு இருந்தாள்.

'ஏய் பாட்டி, ஏன் இவ்வளவு கஷ்டப்படுற..? இந்தா, இந்தக் கத்தியால சுலபமா விறகுகளை வெட்டு...' என்று கத்தியைக் கொடுத்தது குரங்கு. அந்தப் பாட்டியும் கத்தியால வேகவேகமா விறகுகளை வெட்டி முடிச்சுட்டு குரங்கிடமே கத்தியை திரும்பவும் கொடுத்துச்சு. 'ஏய்... கெழவி, நீ விறகு வெட்டுனதாலே என்னோட கத்தி முனை மழுங்கிப்போச்சு. கத்தியை நீயே வெச்சுக்கோ... உன்னோட விறகுகளை நான் எடுத்துட்டுப் போறேன்...' என்று சொல்லிவிட்டு விறகுக் கட்டுகளோடு அங்கிருந்து 'ஜூட்' விட்டுச்சு குரங்கு.

வழியியல ஒரு அம்மா தோசை சுட்டுக்கிட்டு இருந்துது. அப்போ, விறகு தீர்ந்துபோனதால ரொம்ப கஷ்டப்பட்டுட்டு இருந்துச்சு.

'அம்மா, இந்தாங்க என்கிட்ட நெறைய விறகு இருக்கு. இதை வெச்சு தோசை சுடுங்க' என்று நல்லவனைப் போல் விறகுகளைக் கொடுத்துச்சு குரங்கு. அந்த அம்மாவும் குரங்கு கொடுத்த விறகுகளை வெச்சு தோசை சுட்டு முடிச்சுது. 'ஏய், என்னோட விறகு எல்லாத்தையும் யாரைக் கேட்டு எறிச்ச... ஒழுங்கா விறகுக்குப் பதிலா நீ சுட்ட தோசையை கொடுத்துடு...' என அந்த அம்மாவையும் குரங்கு மிரட்டுச்சு. குரங்கோட கள்ளத்தனத்தை நினைச்சு அதிர்ந்து போன அந்த அம்மாவும், எல்லா தோசைகளையும் குரங்குக்கே கொடுத்தாங்க. தோசைகளை பார்சல் பண்ணிட்டு எங்காவது மரத்து நிழலில் வெச்சு சாப்பிடலாம்னு துள்ளிக்குதிச்சு குரங்கு ஓடுச்சு. ஒரு மரத்து நிழல்ல தோசையை சாப்பிட ஆரம்பிச்சுது. அப்போ அந்த மரத்து நிழலுல ஓய்வெடுக்க ஒரு டமாரக்காரன் வந்தான். அவன் கையிலிருந்த டமாரத்தை பார்த்ததும் குரங்கு ரொம்ப குஷியாயிடுச்சு.

'ஏப்பா, ரொம்ப பசியோட இருப்பே போலிருக்கே? எங்கிட்ட தோசை இருக்கு சாப்பிடுறீயா..?' என்றது குரங்கு. 'இதுக்கு ரொம்ப நல்ல மனசு' என்று நினைத்துக்கொண்டே டமாரக்காரன் தோசைகளை வாங்கிச் சாப்பிட்டான். இறுதியில் வழக்கம்போலவே குரங்கு தன் சுயரூபத்தைக் காட்டியது.

தோசைக்குப் பதிலாக அவனிடமிருந்த டமாரத்தை வாங்கிக் கொண்டது. மரத்தின் உச்சிக்குச் சென்று சந்தோஷமாக டமாரம் வாசிச்சு பாட்டும் பாடுச்சு.

"வாலு போச்சு, கத்தி வந்தது டும்டும்டும்... டும்

கத்தி போச்சு சுள்ளி வந்தது டும்டும்டும்... டும்

சுள்ளி போச்சு, தோசை வந்தது டும்டும்டும்... டும்

தோசை போச்சு, டமாரம் வந்தது டும்டும்டும்... டும்"

இதைப் பார்த்த அந்த டமாரக்காரனுக்கு ஒரு ஐடியா வந்தது.

'நாம டமாரம் வாசிக்கிறதைவிட குரங்கு டமாரம் வாசிச்சா அதிகக் கூட்டம் வரும். வசூலும் சூப்பரா இருக்கும்னு' நினைச்சான். அந்த நொடி முதல் அந்தக் குரங்கு மட்டுமில்லை, நம் இனம் முழுவதுமே வித்தைக் காட்டிகளாக ஆகிவிட்டோம். அந்தத் 'தில்லுமுல்லு' குரங்கைப் போலவே, முன் ஒன்று யோசித்து அதற்கு நேர் எதிராக உடனே மாறுகிற மனதைதான் 'குரங்கு மனம்' என்று மனிதர்கள் கூறுகிறார்கள்" என்று கதை சொல்லி முடித்தது தாய் குரங்கு.

'தம் இனத்தில் யாரோ அன்று செய்த தவறுக்காக இன்னமும் கஷ்டங்களை அனுபவித்துக் கொண்டிருக்கிறோமே...' என்று வருத்தப்பட்டது குட்டிக் குரங்கு. அப்போது குரங்கு வித்தைக்காரனும் தூங்கி எழுந்திருந்தான்.

□

தில்லு முல்லு கதையை வாசித்தவர்: ஸ்ரீஹரி

11

தாத்தா யானையும் தையல்காரனும்

"அம்மா... அம்மா...." என்று குட்டி யானை கத்தி அழுது கொண்டேயிருந்தது. குட்டி யானையின் அழுகையைப் பார்த்து தாய் யானை சற்று வருத்தப்பட்டது.

குட்டி யானையின் அழுகைக்குக் காரணம், முதல்முறையாக மருத்துவப் பரிசோதனைக்காக லாரியில் ஏற்றி அதை அழைத்துச் செல்கிறார்கள். குட்டி யானைக்கு இந்த அனுபவம் புதியது.

குட்டி யானையை சமாதானப்படுத்த தாய் யானை முயற்சி செய்தது.

"இங்க பாருடா செல்லம்! எதுக்காக அழுகுறே?"

"அம்மா, எனக்கு இந்த மனிதர்களைக் கண்டாலே பயம். என்னையும், உன்னையும் லாரியில் ஏற்றிக்கொண்டு எங்கோ செல்கிறார்கள். நம்மை என்ன செய்யப்போகிறார்களோ..?" என்று அழுதுகொண்டே சொன்னது குட்டி யானை.

"நீ நினைக்கிற மாதிரி ஒண்ணும் ஆகாது. உன்னை முதல்முறையாக மருத்துவப் பரிசோதனைக்கு அழைத்துச் செல்கிறார்கள். உனக்குத் துணையாகத்தான் என்னையும் கூடவே லாரியில் ஏற்றிவிட்டார்கள். உன் உடலை பரிசோதனை செய்து நீ

இன்னமும் ஆரோக்கியமாக வளருவதற்கான மருந்துகளை மனிதர்கள் கொடுப்பார்கள். இதுபோல் பலமுறை நான் மருத்துவப் பரிசோதனைக்குச் சென்று வந்திருக்கிறேன். நீ பயப்படாதே. உன் பயத்தைப் போக்குவதற்காக ஒரு கதை சொல்கிறேன். கவனமாகக் கேள்" என்றது தாய் யானை. கதை கேட்கும் ஆர்வத்தில் குட்டி யானையும் தன் காதுகளை அகலமாக ஆர்வத்துடன் விரித்துக்கொண்டது.

"முன்பொரு காலத்தில் நல்ல ஆஜானுபாகுவான நம் முன்னோர் ஒருவர் சென்னையில் உள்ள கபாலீஸ்வரர் கோயிலில் வசித்து வந்தார். அந்த யானை உனக்குத் தாத்தா முறையும்கூட. அந்த யானையிடம் மக்கள் எல்லோருமே மிகவும் அன்புடன் இருந்தனர். கோயிலுக்கு வரும் பக்தர்கள் மட்டுமின்றி வெளியூர் மக்களும் கூட அந்த யானைக்கு ரசிகர்கள்!

அந்த யானையை தினமும் குளிப்பாட்டுவதற்காக கூவம் நதிக்கரைக்கு அழைத்துச் செல்வார்கள்..." என்று தாய் யானை கதை சொல்லிக்கொண்டிருக்கும் போதே குறுக்கிட்டது குட்டி யானை.

"அம்மா, கூவம் என்றாலே குடலைப் புரட்டும் என்று கேள்விப்பட்டிருக்கிறேன். அதுலயா தாத்தாவைக் குளிப்பாட்டினாங்க?" என்று துடுக்குத்தனமாகக் கேட்டது குட்டி யானை.

"சமீப காலங்களில்தான் கூவம் நதி கெட்டுப் போனது. அந்தக் காலத்தில் கூவம் நதி மிகவும் சுத்தமாக இருக்கும். அதில்தான் உன் தாத்தா யானைக்கு தினமும் குளியல். கோயிலில் இருந்து ரோட்டில் நடந்துசென்று கூவத்தில் குளித்துவிட்டுத் திரும்புவது என்றாலே உன் தாத்தா யானைக்கு ஒரே குஷிதான்!

உன் தாத்தா ரோட்டில் நடந்துபோகும் அழகைப் பார்த்து சிறியவர்கள்முதல் பெரியவர்கள்வரை மெய்மறந்து போவார்கள். வழியிலேயே, யானைக்குச் சாப்பிட வாழைப்பழம், கரும்பு என்று உணவுப் பொருட்களைக் கொடுப்பார்கள். மக்களிடம் இருந்து அன்பாக உணவுப் பொருட்களை வாங்கிச் சாப்பிட்டுவிட்டு அவர்களை தன் துதிக்கையால் ஆசீர்வாதம் செய்துவிட்டு கம்பீரமாக நடக்க ஆரம்பிக்கும் உன் தாத்தா யானை.

இப்படி உன் தாத்தா யானைக்கு மக்கள் மத்தியில் பெரும் வரவேற்பு இருந்தது. இது ஒரு தையல்கார மனிதனுக்கும் பிடிக்கவில்லை.

'எப்படியாவது இந்த யானைக்கு வேட்டு வைக்க வேண்டும்' என்று திட்டமிட்டுக் காத்திருந்தான் பொறாமை பிடித்த அந்தத் தையல்காரன்.

ஒருநாள் உன் தாத்தா யானை, மக்கள் கொடுத்த உணவுப் பொருட்களை எல்லாம் வாங்கி ருசித்துச் சாப்பிட்டுக் கொண்டே தையல்கடை முன்பு வந்தபோது, தையல்காரனும் யானைக்கு ஒரு வாழைப்பழம் கொடுத்தான். எல்லோரையும் நல்லவர்களாக நினைத்த உன் தாத்தா யானை, தையல்காரன் கொடுத்த வாழைப்பழத்தையும் துதிக்கையை நீட்டி வாங்கியது. அப்போது கையில் மறைத்து வைத்திருந்த தையல் ஊசியால், துதிக்கையில் 'நறுக்'கென்று ஒரு குத்து குத்தினான் தையல்காரன். வலி அதிகமாக இருந்தபோதும், அதை உன் தாத்தா யானை வெளியில் காட்டிக்கொள்ளவில்லை. அப்படியே குளிக்கச் சென்றுவிட்டது. அப்போதுதான் ஒரு திட்டம் தீட்டியது தாத்தா யானை.

'மக்கள் நம் மீது கொண்டிருக்கும் அன்பைப் பார்த்து அந்த தையல்காரன் பொறாமை கொண்டிருக்கிறான். அவனது பொறாமைக் குணம் மற்ற மனிதர்களையும்கூட பாதிக்கும். எனவே தையல்காரனுக்கு சரியான பாடம் புகட்ட வேண்டும்' என்று தீர்மானித்தது.

அப்போது கூவம் நதிக்கரையின் ஒரு பகுதியில் சாயப்பட்டறை தண்ணீர் கலந்து கொண்டிருப்பதைக் கவனித்தது. அந்தத் தண்ணீர் பல நிறங்கள் கலந்த கலவையாக இருந்தது. பாகனுக்குத் தெரியாமல், அந்தச் சாயப்பட்டறைத் தண்ணீரை துதிக்கையில் உறிஞ்சி எடுத்துக் கொண்டது உன் தாத்தா யானை.

குளித்து முடித்துவிட்டு கோயிலுக்குத் திரும்பிக் கொண்டிருக்கும்போது அந்தத் தையல்கடைக்கு முன் சென்றது. யானை வருவதை சற்றும் எதிர்பார்க்காத அந்த தையல்காரன் பயத்தில் நடுங்கிப் போனான். தையல்கடைக்கு உள்ளே துதிக்கையை நீட்டி, சாயப்பட்டறைக் கழிவுத் தண்ணீரைப் பீய்ச்சி அடித்தது. அவ்வளவுதான்! கடையில் இருந்த துணிகள் எல்லாம் பாழாகிப் போயின.

'யானையின் இந்தக் கோபத்துக்குக் காரணம், தையல்காரன் ஏதாவது தப்பு செய்திருப்பான்' என்று மக்கள் நினைத்தனர். அவனிடம் விசாரித்தபோது தையல்காரன் உண்மையைச் சொன்னான். உன் தாத்தா யானை அவனுக்குக் கொடுத்த தண்டனை சரியானதுதான் என்று மக்கள் பேசிக்கொண்டனர். அன்று முதல் நம்மைப் போன்ற விலங்குகளுக்குத் தீங்கு செய்யக்கூடாது என்று அந்தத் தையல்காரன் மட்டுமில்லை; மக்களும் தீர்மானித்துக் கொண்டனர்" என்று கதை சொல்லி முடித்தது தாய் யானை. இதைக் கேட்டு அழுகையை விட்டு மருத்துவப் பரிசோதனைக்காக சந்தோஷமாக கீழே இறங்கியது குட்டி யானை.

☐

தாத்தா யானையும் தையல்காரனும் கதையை வாசித்தவர்
குருதாஸ்

12

அலறிய ஆந்தை.... அடிபட்ட கோழி!

அது ஒரு பெரிய கோழிப் பண்ணை.

"இன்றைக்கு தானிய உணவு மிகவும் அருமையாக உள்ளது. நன்றாகச் சாப்பிடுங்கள்" என்றது பெரிய கோழி.

"என்னத்த சாப்பிட...? தினமும்தான் சாப்பிட்டுக் கொண்டிருக்கிறோம். இதைத் தவிர நாம் வேறு என்ன சுகத்தைக் கண்டோம்" என்று சற்று வருந்தியது சின்ன கோழி.

"ஏன் இப்படிப் பேசுகிறாய்?" இது பெரிய கோழி.

"நம் உடலில் சில வசதிகள் இல்லையே?" என்றது சின்ன கோழி.

"புரிகிற மாதிரி சொல். நீ எதை நினைத்து வருத்தப்படுகிறாய்?" என்றது பெரிய கோழி.

"நாம் வெள்ளையாகவும், பார்க்க அழகாகவும் இருக்கிறோம். ஆனால், நம்மால் பறக்க முடியாது. அதோ அந்தக் காக்கை

கூட்டத்தைப் பார். ஒரே கறுப்பு. அவற்றுக்குப் பறக்கக்கூடிய சக்தி இருக்கிறது. இதை நினைத்தால்தான் கவலையாக இருக்கிறது" என்று தன் மனக்குமுறலைச் சொன்னது சின்ன கோழி.

"உன் கவலைக்கு இதுதான் காரணமா..? நம் இனத்துக்கும் பறக்கக்கூடிய சக்தி ஒரு காலத்தில் இருந்தது தெரியுமா?" என்று புதிய விஷயம் ஒன்றைச் சொன்னது பெரிய கோழி.

"என்ன சொல்றீங்க? நம் இனத்துக்குப் பறக்கும் சக்தி இருந்ததா? அப்படின்னா... இப்போ ஏன் இல்லை? சற்று விளக்கமாகச் சொல்லுங்க" என்று ஆர்வமானது சின்ன கோழி.

"அது ஒரு பெரிய கதை! பல வருடங்களுக்கு முன்பு நம் இனத்தவர்களுக்கும் பறக்கும் சக்தி இருந்தது. காக்கை, குருவிகளைப் போலவே மரம் விட்டு மரம் தாவுவோம்.

நம் முன்னோர்கள் கூட்டத்தில் ராணி கோழி ஒன்று இருந்தது. இந்த ராணி கோழிக்கு நண்பன் ஒரு ஆந்தை. தினமும் ஒரு இடத்தில் சந்தித்து இவர்கள் நாட்டுநடப்புகள் பற்றி பேசிக் கொண்டிருப்பார்கள். ஒருநாள் ராணி கோழி, ஆந்தைக்கு ஒரு கடிதம் அனுப்பியது.

அதில், 'என் கூட்டத்துக்கே நான்தான் ராணி. அதனால் நாளை எனக்குப் பல ராஜாங்க வேலைகள் உள்ளன. எனவே நாம் நாளை மறுநாள் சந்திப்போம்' என்று எழுதியிருந்தது. இதைப் படித்தவுடன் ஆந்தைக்குப் பயங்கரமான கோபம்!

'கோழிக்கு இவ்வளவு பந்தாவா..? அந்தக் கோழி மட்டும்தான் ராணியா? அடுத்தமுறை அந்தக் கோழியைச் சந்திக்கும்போது நாமும் ஒரு ராஜாவைப் போல அதனிடம் காட்டிக் கொள்ளவேண்டும்' என முடிவு செய்து ஒரு திட்டம் தீட்டியது ஆந்தை.

அப்போது பக்கத்து நாட்டு அரசன் மற்றொரு நாட்டின்மீது படையெடுக்கத் தயாராகிக் கொண்டிருப்பதை ஆந்தை கேள்விப்பட்டது. ஒருநாள் கழித்து ராணி கோழியைச் சந்தித்தது.

'ராணி கோழியாரே, இன்று உங்களுக்கு என் படை பலத்தைக் காட்டப்போகிறேன்' என்று சொல்லி ராணிக் கோழியை அழைத்துச் சென்றது ஆந்தை. சற்றுத் தொலைவில் பக்கத்து நாட்டு அரசனின் படைகள் போருக்காக அணிவகுத்துப் புறப்படத்

தயாராக இருந்தன. அதைப் பார்த்த ராணி கோழி குழப்பத்துடன் கேட்டது.

'நீங்கள் என்னிடம் பொய் சொல்கிறீர்கள். மனிதர்களின் படை எப்படி உங்களுடையதாகும். என்னால் நம்பமுடியவில்லை' என்றது ராணி கோழி.

'நீங்கள் நம்பமாட்டீர்கள் என்று எனக்குத் தெரியும். இதோ புறப்படத் தயாராக இருக்கும் படையைக் கட்டுப்படுத்துகிறேன் பார்' என்று சொல்லிவிட்டு பயங்கரமாக அலறியது ஆந்தை. ஆந்தையின் அலறல் சத்தத்தைக் கேட்ட அரசன், 'அபசகுனமாக இருக்கிறதே...' என நினைத்துப் படைகள் புறப்பட தடை விதித்தான். இதை ஆந்தையும், ராணி கோழியும் மரத்தில் இருந்து கவனித்துக் கொண்டிருந்தன.

'பார்த்தீர்களா ராணியாரே! என் உத்தரவுக்குக் கட்டுப்பட்டு படைகள் எல்லாம் அப்படியே நிற்கின்றன' என்று கர்வத்துடன் சொன்னது ஆந்தை.

'...ம் ...ம் நான் உங்களை நம்பத் தயாராக இல்லை. நீங்கள் ஒரு 'டுபாக்கூர்'தான்!' என்றது ராணி கோழி.

இதனால் கோபப்பட்ட ஆந்தை, 'நீங்கள் நம்புவதற்காகவே, இதோ என் படையைத் திருப்பி அனுப்புகிறேன்' என்று சொல்லிவிட்டு மீண்டும் அலறியது. 'போருக்குச் செல்வதை ஆந்தையின் அலறல் காலதாமதம் செய்கிறதே!' என்று கோபமான அரசன், 'ஆந்தையின் அலறல் சத்தம் வரும் திசை நோக்கி அம்புகளை எய்துங்கள்' என்று உத்தரவிட்டான். அவ்வளவுதான் சில நொடிகளில், எறும்புக் கூட்டங்களைப் போல் அம்புகள் சாரை சாரையாகச் சென்றன. விளைவு, ராணி கோழி அடிபட்டு இறந்தது. 'தப்பித்தோம்... பிழைத்தோம்' என்று ஆந்தை எஸ்கேப்!

ராணி கோழி இறந்ததும் மற்ற கோழிகள் எல்லாம் ஒன்று கூடி ஒரு முடிவுக்கு வந்தன.

அதாவது, 'பறக்கும் சக்தி இருந்ததால்தான், ஆந்தையுடன் ராணி கோழி 'கூடா நட்பு' கொண்டிருந்தது. இதுவே ராணி கோழியின் இறப்புக்குக் காரணம். எனவே இனிமேல் நாம் பறப்பதை விட்டுவிடுவோம்' என்று தீர்மானித்தன. அன்று முதல் நம் இனமே பறப்பதை நிறுத்திக் கொண்டன. பறப்பதற்காக இருந்த றெக்கைகளும் நாளடைவில் மிகச் சிறிதாகிவிட்டன. இதனால்தான்

நம்மால் பறக்க முடியாது" என்று கதை சொல்லி முடித்தது பெரிய கோழி. கதையைக் கேட்ட சின்னக் கோழி தன் சின்ன றெக்கையில் முகத்தைத் தேய்த்தபடி சோகமாகவே பார்த்துக்கொண்டிருந்தது.

□

அலறிய ஆந்தை... அடிபட்ட கோழி! கதையை
வாசித்தவர் அமிர்தா

13

சுட்டியே, என் பெயர் தெரியுமா?

"ஹேப்பி பர்த்டே டு யூ" என்று அந்த வெள்ளைக் குதிரை குட்டியின் பிறந்தநாளை எல்லாக் குதிரைகளும் கோலாகலமாக கொண்டாடிக் கொண்டிருந்தன.

ஆட்டம்... பாட்டம்... கொண்டாட்டம்... என்று பிறந்தநாள் விழா படு அமர்க்களமாக இருந்தது. விழாவுக்கு கடைசியாக வந்து சேர்ந்தது ஒரு தாத்தா குதிரை. குட்டி குதிரைக்குப் பிறந்தநாள் வாழ்த்துகளைச் சொல்லிவிட்டுக் கூட்டத்தினரை சுற்றும் முற்றும் பார்த்தது.

தன் இனத்தவர்கள் மிகவும் சந்தோஷமாக இருப்பதைக் கண்டு பூரித்துப் போனது தாத்தா குதிரை.

"ஹய், தாத்தா குதிரை வந்துட்டாரு. எல்லோரும் வாங்க. அவரு நெறைய கதை சொல்லுவாரு" என்றது ஒரு குதிரை.

"ஓ! சூப்பர்..." என்றவாறே குட்டிகள் உள்பட அனைத்துக் குதிரைகளும் தாத்தா குதிரையை வட்டமிட்டுச் சூழ்ந்து நின்றன.

"நீங்க எல்லோரும் ரொம்ப சந்தோஷமாக இருப்பதைப் பார்க்கும்போது எனக்குப் பெருமையாகவும், மகிழ்ச்சியாகவும் இருக்கு. அதனால் உங்களுக்கு இப்போ ஒரு சந்தோஷமான கதையைச் சொல்றேன். அமைதியா கேளுங்க" என்று முன்னுரை கொடுத்துவிட்டு கதைக் கச்சேரியை ஆரம்பித்தது தாத்தா குதிரை.

"ஒரு 'ஈ' பிறந்தநாள் கொண்டாடிய கதை இது. தன்னுடைய பிறந்தநாளுக்காக தடபுடலாக பல ஏற்பாடுகளை அந்த ஈ செய்திருந்தது. தோரணங்கள், கேக்குகள், அறுசுவை உணவுகள் என்று அனைத்து ஏற்பாடுகளும் முடிக்கப்பட்டு இருந்தன.

அந்தச் சமயம் பார்த்து ஈக்கு ஒரு திடீர் பிரச்னை. அதாவது, ஈ என்ற தன் பெயரை அது மறந்துவிட்டது.

'நான் எந்த இனத்தைச் சேர்ந்த உயிரினம்? என்னுடைய பெயர் என்ன?' என்று நினைத்துப் புலம்பியது ஈ.

பலமுறை யோசித்துப் பார்த்தும் 'ஈ' என்ற அதனுடைய பெயர் அதற்கு ஞாபகமே வரவில்லை.

'விருந்தினர்கள் வருவதற்கும், நம் பிறந்தநாள் விழா கேக் வெட்டுவதற்கும் இன்னமும் நேரம் இருக்கிறது. அதற்குள் வேறு யாரிடமாவது கேட்டு நம் பெயர் என்ன என்பதைத் தெரிந்து கொண்டு வந்துவிடுவோம்' என்று முடிவு செய்துவிட்டுப் பயணத்தை ஆரம்பித்தது ஈ.

முதலில் ஒரு கன்றுக்குட்டியிடம் சென்றது.

'கொழு கொழு கன்றே... என் பெயர் என்ன?'

'ச்சீச்சீ... எனக்குத் தெரியாது. என் அம்மாவிடம் கேளு!' அம்மாவிடம் சென்றது ஈ.

'கன்றின் தாயே! என் பெயர் தெரியுமா..?'

'எனக்குத் தெரியாதுப்பா. அந்த மாடு மேய்க்கும் பாட்டியிடம் போய் கேளு.' மாடுமேய்க்கும் பாட்டியிடம் சென்றது.

'மாடு மேய்க்கும் பாட்டியே, என் பெயர் என்ன?'

'அய்யய்யோ, எனக்குத் தெரியாது. என் கைத்தடிகிட்ட கேளு.' பாட்டியின் கைத்தடியிடம் சென்றது.

'பாட்டியின் கைத்தடியே, என் பெயர் என்ன?'

'எனக்குத் தெரியாதுப்பா. என் முன்னோரான மரத்தைக் கேளு.'

'கைத்தடி தந்த மரமே, என் பெயர் என்னவென்று மறந்துவிட்டது. என் பெயர் என்னவென்று உனக்குத் தெரியுமா?'

'எனக்கும் தெரியலை. என் மேல் உட்கார்ந்திருக்கும் கொக்கிடம் கேளு.' கொக்கிடம் சென்றது ஈ.

'மரத்தில் உள்ள கொக்கே, என் பெயர் என்ன?'

'எனக்குத் தெரியாது. நான் நீராடும் குளத்திடம் போய் கேளு.' ஈ குளத்திடம் சென்றது.

'கொக்கு நீராடும் குளமே... என் பெயர் என்ன?'

'எனக்கு எப்படித் தெரியும்? என் கரையில் இருக்கும் மண்ணிடம் போய் கேளு.'

குளக்கரை மண்ணிடம் சென்றது ஈ.

'குளக்கரையின் மண்ணே, என் பெயர் என்ன?'

'இதென்ன வம்பா போச்சு... உன் பெயர் எனக்கு எப்படித் தெரியும்? எதுக்கும் என் மேல் வளர்ந்துள்ள புல்லைக் கேட்டுப் பார்.'

மண் சொன்னதைக் கேட்டவுடன் ஈக்கு அழுகையே வந்துவிடும் போலிருந்தது. 'பிறந்தநாள் விருந்துக்குவேறு நேரம் ஆகிவிட்டது. விருந்தினர்கள் வந்துவிடுவார்களே...' என்று புலம்பிக் கொண்டே புல்லிடம் சென்றது.

'மண்ணில் வளர்ந்த புல்லே, என் பெயர் தெரியுமா?'

'அய்யய்யோ, எனக்குத் தெரியாதுப்பா. வேணும்னா, என்னைத் தின்று கொழுக்கும் குதிரையிடம் போய் கேளு' என்றது புல்.

கடைசியாக மனம் நொந்தபடியே தூரத்தில் மேய்ந்து கொண்டிருந்த ஒரு வெள்ளைக் குதிரையிடம் சென்றது ஈ.

'அழகிய வெள்ளை குதிரையே, இன்று எனக்குப் பிறந்தநாள். ஆனால், என் பெயர் திடீரென்று எனக்கு மறந்துவிட்டது. பலரிடம் கேட்டுப் பார்த்துவிட்டேன். யாருக்குமே என் பெயர் தெரியவில்லை. உனக்காவது என் பெயர் தெரியுமா..?!' என்று கவலையுடன் கேட்டது ஈ.

உடனே நம்ம குதிரை, 'இவ்வளவுதானா..? ஹி... ஹி... ஹி... ஈ... ஈ... ஈ' என்று சிரித்தது. அவ்வளவுதான்... ஈ க்கு டக்கென்று தன் பெயர் ஞாபகம் வந்துவிட்டது.

தன் பெயரைத் தெரிந்து கொண்ட சந்தோஷத்தில் துள்ளிக்குதித்தது. தன் பெயரைச் சொன்ன வெள்ளை குதிரையை சிறப்பு விருந்தினராக பிறந்தநாள் விழாவுக்கு அழைத்துச் சென்று அதற்கு தடபுடலாக விருந்து வைத்து அசத்தியது ஈ.

பார்த்தீர்களா, மனிதர்களுக்கே தெரியாத விஷயம் நம் குதிரை இனத்துக்குத் தெரிந்திருக்கிறது" என்று கதை சொல்லி முடித்தது தாத்தா குதிரை. □

சுட்டியே என் பெயர் தெரியுமா? கதையை வாசித்தவர் திருச்செல்வன்

14

ஒரு காகிதப் புலியின் கதை!

அந்த சர்க்கஸ் கூடாரத்துப் புலிகள் சாப்பிட்ட களைப்பில் இருந்தன. அப்போது கதை சொல்ல ஆரம்பித்தது ஒரு தாத்தா புலி.

"எல்லோரும் நல்லா கேளுங்க. மனுஷங்களைப் பத்துன கதை ஒண்ணு உங்களுக்குச் சொல்லப் போறேன்" என்று கதையை ஆரம்பித்தது தாத்தா புலி.

"முன்னொரு காலத்துல காட்டுக்குப் பக்கத்துல இருந்த ஒரு கிராமத்துல நடந்த சம்பவம் இது. அந்தக் கிராமத்துல இருந்த மனுஷங்க எல்லாம் ரொம்ப நல்லவங்க..."

"தாத்தா, நீ மனுஷங்களைப் பத்தி ஏதோ தப்பா சொல்லப்போறேன்னு நினைச்சேன். ஆனா, அவங்களைப் பாராட்டி கதை சொல்றீயே..?" என்று துடுக்குத்தனமாகக் கேட்டது ஒரு சின்ன புலி.

"பேராண்டி, பொதுவா மனுஷங்க எல்லாருமே நல்லவங்கதான்! ஆனா, தன்னோட சுயநலத்துக்காக ஏதாவது ஒரு உயிரினத்துக்குத்

தொந்தரவு செய்யும் போதுதான் மனுஷங்களைக் கெட்டவங்களா நினைக்கத் தோணுது. நான் சொல்ற கிராமத்து மக்களால அருகிலிருந்த காட்டு விலங்குகளுக்கு எப்பவுமே தொந்தரவு வந்ததில்லே. அதனாலதான் சொன்னேன் அந்தக் கிராமத்து மக்கள் நல்லவங்கனு" என்று விளக்கம் சொல்லிவிட்டு கதையை மேலும் தொடர்ந்தது தாத்தா புலி.

"அந்தக் கிராமத்துல ஆடு மேய்க்கிற ஒரு சிறுவன் இருந்தான். அந்தச் சிறுவன்கிட்டே ஒரு கெட்ட பழக்கம் இருந்துச்சு. அதாவது, மத்தவங்களைக் கஷ்டப்படுத்திப் பார்க்குறதுல அவனுக்கு அலாதி பிரியம். ஒருசமயம் நம்ம முன்னோர்கள் சிலர் கிராமத்துக்குள்ளே போய் மனுஷங்க வளர்த்த ஆடு, மாடுகளை வேட்டையாடினாங்க. இதைத் தடுக்க கிராமத்துப் பெரியவங்க எல்லாம் சேர்ந்து ஒரு முடிவு பண்ணினாங்க. அதாவது, 'கிராமத்தோட எல்லையில ஒரு ஆளை நிக்க வெப்போம். காட்டுக்குள்ளே இருந்து புலி வர்ற மாதிரி தெரிஞ்சுதுன்னா, அந்த ஆள் 'புலி வருது... புலி வருது'ன்னு சத்தம் போடணும். அந்தச் சத்தத்தைக் கேட்டதும் கிராம மக்கள் எல்லாரும் ஒண்ணு சேர்ந்து புலியை விரட்டுவோம்' அப்படீன்னு முடிவு பண்ணினாங்க. கிராமத்து எல்லையில நின்னு புலி வருதான்னு பார்த்து சத்தம் கொடுக்குற வேலையை அந்தச் சிறுவன்கிட்டே கொடுத்தாங்க. இந்த வேலையைச் செய்யுறதுல அந்தச் சிறுவனுக்கு ஏகப்பட்ட ஆர்வம். ஒருநாள் ஆர்வக்கோளாறில் அந்தச் சிறுவனுக்கு திடீர் சந்தேகம் வந்துடுச்சு.

'புலி வருதுன்னு சொல்லி சத்தம் போட்டால் நிஜமாவே கிராம மக்கள் வருவாங்களா..?' என்று சந்தேகப்பட்டான். உடனே, 'புலி வருது... புலி வருது...' அப்படீன்னு சும்மாவே சத்தம் போட்டான். 'புலி வந்துடுச்சோன்னு' நினைச்சு கிராம மக்களும் சிறுவன் இருந்த இடத்துக்கு ஓடி வந்துட்டாங்க.

'தம்பி, புலி எந்தப் பக்கமாக வருது?' என்று கிராம மக்கள் கேட்டாங்க.

'ஐயா, புலி ஏதும் வர்றலை. நான் சத்தம் போட்டால் நீங்க எல்லாரும் வருவீங்களான்னு பார்க்கத்தான் சத்தம் போட்டேன்' என்று சொல்லி அசடு வழிந்தான். கிராமத்துப் பெரியவங்களும், 'சின்ன பையன் ஆர்வக்கோளாறுல சத்தம் போட்டுட்டான். வாங்க போய் நம்ம வேலையைப் பார்க்கலாம்னு' பேசிக்கிட்டே கிளம்பிப் போய்ட்டாங்க. இதே மாதிரி அடுத்த நாளும் சிறுவன்

சத்தம் போட்டான். அப்போதும் கிராம மக்கள் கூடினாங்க. அப்பவும் அதே காரணத்தைச் சொன்னான். கிராம மக்களும் பேசாம கலைஞ்சு போய்ட்டாங்க. இந்த விஷயம் காட்டுக்குள்ளே இருந்த புலி ராஜாவுக்குத் தெரிய வந்துச்சு. 'ஒரு பொடிப்பையன் நம்ம கூட்டத்தைக் கேலியும் கிண்டலும் செய்வதா..?' என்று கோபப்பட்டு கிராமத்துக்குள்ளே 'என்ட்ரி' கொடுத்துச்சு புலி ராஜா.

சிறுவனோட ஆர்வக்கோளாறு ஆபத்துல முடியுற சம்பவமே இதுதான்! புலி ராஜா வருவதைப் பார்த்துட்டு சிறுவன் சத்தம் போட்டான். ஆனா, கிராம மக்கள் யாருமே வர்றலை. 'அந்தப் பொடியன் விளையாட்டு காட்டுறான்' என்று சொல்லி கிராம மக்களும் அவன் போட்ட சத்தத்தைக் கண்டுக்கவே இல்லை. கிராமத்துக்குள்ளே வந்த புலி, அந்தச் சிறுவனோட ஆடுகளை அடிச்சுத் தின்னுட்டுப் போயிடுச்சு. சிறுவனும் தன்னோட தப்பை உணர்ந்து அழுது புலம்பினான்.

இந்தக் கதையில வர்ற சிறுவன் பண்ணிய செயலைக் கவனிச்சீங்களா? ஆர்வமிகுதியாலே மத்தவங்கள வீணாக சோதிப்பது போன்ற எல்லாமே கஷ்டத்தில்தான் முடியும். இந்தச் சிறுவனைப் போல ஏமாற்றியும், எப்போதும் பிரமாண்டமாக பொய் பேசுபவர்களையும் 'காகிதப்புலி' அப்படீன்னு நம்ம பேரை வெச்சு மனுஷங்களே அவங்களை கிண்டல் பண்ணிக்குவாங்க" என்று கதை சொல்லி முடித்தது தாத்தா புலி.

கதையைக் கேட்ட திருப்தியில் எல்லா புலிகளும் அப்படியே தூங்க ஆரம்பித்தன.

□

ஒரு காகிதப் புலியின் கதை வாசித்தவர்
குருதர்ஷன்

15

ஆலமரம் கொடுத்த அடைக்கலம்

மழை பெய்து கொண்டிருந்தது.

அந்தப் பெரிய மரத்தின் கிளையில் அழகான சின்னஞ்சிறிய கூடு. அதில் ஒரு அழகான குருவிக் குஞ்சு!

அன்றிரவு தூங்காமல் குஞ்சுக் குருவி மிகவும் அடம்பிடித்தது. அம்மா குருவி எவ்வளவோ முயற்சி செய்தும் குஞ்சுக் குருவியைத் தூங்கச் செய்ய முடியவில்லை.

"மழை வந்தாலே எனக்குப் பயமா இருக்கும்மா..." என்று குளிரில் நடுங்கிக்கொண்டே சொன்னது குஞ்சுக் குருவி.

"மழையைக் கண்டு பயப்படக்கூடாதுடா செல்லம். அம்மா இப்போ ஒரு கதை சொல்றேன். அதைக் கேட்டுட்டே நீ சமத்தா தூங்கிடணும்..." என்றது அம்மா குருவி. குஞ்சுக் குருவியும் கதையைக் கேட்க ஆர்வமானது.

"பல வருடங்களுக்கு முன்பு ஒரு ஊரில் ஒரு குருவி இருந்தது. யாருக்கும் எந்தத் தீங்கும் செய்யாமல் அது வாழ்ந்து வந்தது. அந்த ஊரில் இருந்த பள்ளிக்கூடத்தில் பலவிதமான மரங்கள் இருந்தன. அந்த மரங்களின் பழங்களைத் தின்று கொண்டு அங்கேயே கூடும் கட்டிக்கொண்டு ஆனந்தமாக வாழ்ந்து வந்தது அந்தக் குருவி.

ஒருநாள் அந்தப் பள்ளிக்கூடத்து மாணவன் ஒருவன், குருவியின் மீது கல்லெறிந்தான். அதில் அந்தக் குருவியின் சிறகு ஒடிந்து விட்டது. அதனால் வலி தாங்க முடியவில்லை. அன்றிரவு மழை

பெய்ய ஆரம்பித்தது. தன் கூட்டுக்குச் செல்ல முடியாத குருவி அருகிலிருந்த ஒவ்வொரு மரத்திடமும் சென்று அடைக்கலம் கேட்டது. முதலில் ஒரு பனைமரத்திடம் சென்றது குருவி...

'பனைமரமே பனைமரமே இடம் தருவாயா...

சிறகொடிந்த இந்தக் குருவிக்கு நீ தங்க இடம் தருவாயா...

மழைக்காலத்திலே தங்குவதற்கு நீ இடம் தருவாயா' என்று கெஞ்சிக் கேட்டது.

மழைக்காற்றில் ஆடியபடியே குருவியை ஏளனமாகப் பார்த்த பனைமரம் பதில் சொல்ல ஆரம்பித்தது.

'சிறகொடிந்த குருவிக்கு நான் இடம் தர மாட்டேன்...

மழைக்காலத்திலே தங்குவதற்கு நான் இடம் தர மாட்டேன்...' என்றது.

பாவம், நம் குருவி மெல்ல நொண்டி நொண்டி... தென்னை மரத்திடம் சென்று உதவி கேட்டது.

'தென்னை மரமே தென்னை மரமே இடம் தருவாயா...

சிறகொடிந்த குருவிக்கு நீ இடம் தருவாயா...

மழைக்காலத்திலே தங்குவதற்கு இடம் தருவாயா...'

தென்னை மரமும் கைவிட்டது.

இப்போது குருவிக்கு அழுகையே வந்து விட்டது. அடுத்து என்ன செய்வதென்று தெரியாமல் குழம்பிய குருவி, அந்த 'ஜோரான' மழையில் தத்தளித்துக் கொண்டிருந்தது. அப்போது அந்த வழியாக வந்த பள்ளிக்கூட மாணவன் ஒருவன் சிறகொடிந்த குருவியைப் பார்த்து பரிதாபப்பட்டான். அதை கையில் ஏந்தி தன் குடைக்குள் வைத்துக்கொண்டு நடக்க ஆரம்பித்தான்.

வழியில் திடீரென்று அவனுக்கு ஒரு யோசனை வந்தது.

'வீட்டுக்கு கொண்டுசென்றால் அம்மா திட்டுவாங்களே...' என்று பயந்த அந்தச் சிறுவன் குருவியை எங்காவது விட்டுவிட்டுச் செல்ல நினைத்தான். அப்போது அவன் கண்ணில் ஒரு ஆலமரம் தென்பட்டது. அந்த ஆலமரத்துக்கு அடியில் குருவியை விட்டுவிட்டு ஒரே ஓட்டமாக ஓடிவிட்டான் அந்தச் சிறுவன்.

மழையிலும், குளிரிலும் உடல் நடுங்கிய குருவி ஆலமரத்திடம் அடைக்கலம் கேட்டது.

'ஆலமரமே ஆலமரமே இடம் தருவாயா...

சிறகொடிந்த இந்தக் குருவிக்கு நீ இடம் தருவாயா...

மழைக்காலத்திலே தங்குவதற்கு இடம் தருவாயா...' என்று மிகவும் சோகமாகக் கேட்டது. குருவியைப் பார்த்துப் பரிதாபப்பட்ட ஆலமரம், அதனிடம்...

'சிறகொடிந்த குருவிக்கு நான் இடம் தருவேனே... மழைக்காலத்திலே நீ தங்குவதற்கு இடம் தருவேனே...' என்று கூறி குருவி தங்குவதற்கு இடம் கொடுத்தது ஆலமரம்.

ஆலமரப் பொந்தில் மிகவும் கஷ்டப்பட்டு குருவி மறைந்து கொண்டது... சற்றுநேரத்தில் வலியை மறந்து குருவியும் தூங்கிப் போனது.

அன்றைய நடு இரவில் பயங்கரமான புயல் அடித்தது... அதிகாலைப் பொழுதில் கண் விழித்து எழுந்த குருவி, மெதுவாக பொந்தில் இருந்து வெளியே எட்டிப் பார்த்தது. அப்போது ஒரு துயரமான சம்பவம் அதன் கண்ணில் தென்பட்டது.

புயல் காற்றில் பனைமரம் வேருடன் சாய்ந்திருந்தது. தென்னை மரம் பள்ளிக்கூட மதில் சுவரின் மீது விழுந்திருந்தது. ஆனால், நல்ல எண்ணங்களைக் கொண்டிருந்த ஆலமரம் மட்டும் அப்படியே நின்றது. புயலால் அது பாதிக்கப்படவில்லை" என்று கதை சொல்லி முடித்தது அம்மா குருவி.

"எனவே நாம் மழையைப் பார்த்துப் பயப்படத் தேவையில்லை. நமது கூடு ஒரு ஆலமரத்தில் உள்ளது. இன்னொரு விஷயத்தையும் நீ தெரிந்துகொள்ள வேண்டும். பொதுவாக மனிதர்கள் எல்லோருமே கெட்டவர்கள் இல்லை. ஒருவரால் துன்பம் ஏற்பட்டாலும், இன்னொருவரால் கண்டிப்பாக நமக்கு நன்மை ஏற்படும்" என்று சொல்லி முடித்தது அம்மா குருவி. கதை கேட்ட மகிழ்ச்சியில் தூங்கிப் போனது குஞ்சுக் குருவி.

□

ஆலமரம் கொடுத்த அடைக்கலம் கதை வாசித்தவர்
ஶ்ரீஹரி

16

குரைக்காத நாய்...
குறட்டை விட்ட பூனை

அந்தப் பெரிய வீட்டில் செல்லமாக பல பிராணிகளை வளர்த்தார்கள். அதில் ஜான்சி நாயும் ஒன்று.

ஜான்சி நாய்க்கு இம்முறை மூன்று குட்டிகள் பிறந்தன. 'டிங்', 'டாங்', 'பெல்' என்று அந்த வீட்டுக் குழந்தைகள் அன்புடன் பெயரிட்டு அழைத்தனர். கடைக்குட்டியான 'பெல்' மட்டும் எப்போதும் அம்மா நாயுடனே இருக்கும். அது அம்மாவை விட்டு எங்கேயுமே போகாது. ஆனால் 'டாங்' அப்படி அல்ல.

வீடு முழுவதும் அங்குமிங்கும் ஓடிக் கொண்டேயிருக்கும். தெருவிலிருந்து பல சுட்டிகள் வந்து 'டாங்' செய்யும் அட்டகாசக் குறும்புகளைப் பார்த்து ரசிப்பார்கள். ஆனால், 'டிங்' நாய்க்குட்டி மீதுதான் அம்மா நாய்க்குக் கவலை.

காரணம், அந்த வீட்டில் இருந்த டெய்ஸி என்ற பூனையுடன் மிகவும் நட்புறவு கொண்டு இருந்தது 'டிங்'.

"பூனையிடம் நம் இனத்தவர்கள் யாருமே நட்பு கொள்ள மாட்டார்கள்" என்று அம்மா நாய் எச்சரிக்கை செய்தும் அதை

'டிங்' பொருட்படுத்தவில்லை. அன்று மதியம் பால் குடிக்க வந்த 'டிங்'- ஐ கோபமாகத் திட்டியது அம்மா நாய்.

"பூனையும் நம்மைப் போன்ற பிராணிகள்தானே. அதனுடன் நட்பு கொள்வது தப்பா..?" என்று அம்மாவிடம் வாதிட்டது 'டிங்'.

"உனக்கொரு கதை சொல்றேன். கதையைக் கேட்ட பின்னர் நீயே முடிவு செய்துகொள்" என்றது அம்மா நாய்.

'டிங்' உள்பட மற்ற இரண்டு நாய்க் குட்டிகளும் கதை கேட்க ஆர்வமாக ஓடிவந்தன. கதை சொல்ல ஆரம்பித்தது அம்மா நாய்.

"ஒரு ஊர்ல வேட்டைக்காரர் ஒருவர் இருந்தாரு. அவரு ஒரு நாயையும் ஒரு பூனையையும் செல்லமா வளர்த்தாரு. பூனையும், நாயும் ரொம்பவும் 'குளோஸ் ஃப்ரெண்ட்ஸ்.'

பூனை சாப்பிட்டாதான் நாய் சாப்பிடும். பூனை தூங்கினாதான் நாயும் தூங்கும். அந்த அளவுக்கு பூனைகிட்ட ரொம்ப பாசமா நாய் பழகிச்சு. பூனையோட வாலுக்குப் பின்னாடியே சுத்திக்கிட்டு இருந்துச்சு அந்த நாய்.

ஒருநாள் வேட்டைக்காரனின் மனைவிக்கு சரியான தலைவலி. அதனால பூனைக்குப் பால் வைக்காமலே அந்தம்மா 'ரெஸ்ட்' எடுத்துட்டு இருந்தாங்க. பசி மயக்கத்துல இருந்த பூனை, 'மியோவ்... மியோவ்'ன்னு கத்திக்கிட்டே இருந்துச்சு. இது அந்தம்மாவுக்கு ரொம்பத் தொந்தரவா இருந்துச்சு. டென்ஷனான அந்தம்மா, ஒரு கட்டையை எடுத்து பூனையோட வாய் மேலே ஓங்கி வீசினாங்க. அவ்வளவுதான் வலி தாங்க முடியாம பூனை கத்திக்கிட்டே ஓடிடுச்சு.

'இனியும் பால்கேட்டுக் கத்தக்கூடாது. இன்னிக்கு ராத்திரி திருட்டுத்தனமா பாலைக் குடிச்சுட வேண்டியதுதான்னு' முடிவு பண்ணுச்சு பூனை.

இதற்காக ஒரு திட்டத்தையும் தயார் பண்ணிடுச்சு.

'நண்பா, மனுஷங்களுக்கு புத்தி கெட்டுடுச்சு. வாயைத் திறந்து கத்தினாலே அடிக்குறாங்க. அதனால நீ இனிமே வாயைத் திறந்து எப்போதும் குரைச்சுடாதே. உனக்கும் அடி விழும்' அப்படின்னு தன் நண்பனான நாயிடம் சொல்லுச்சு.

'ஆஹா, பூனை நண்பனுக்கு நம் மீது இத்தனை அக்கறையா..?' என்று மெய்சிலிர்த்த நாய், 'இனிமேல் எக்காரணம் கொண்டும்

குரைக்கக் கூடாது'ன்னு முடிவு பண்ணிடுச்சு. ஆனால், ராத்திரியில திருட்டுத்தனமாக பால் குடிக்க பூனை திட்டமிட்ட விஷயம் நாய்க்குத் தெரியாது.

ராத்திரியில பால் குடிக்கும் முயற்சியில் பூனை தீவிரமாக இருந்துச்சு. அப்போ பாத்திரமெல்லாம் உருள்கிற சத்தம் கேட்டுச்சு. திடுக்கிட்டு எழுந்து பார்த்துச்சு நாய். சுற்றும் முற்றும் பார்த்தது. பூனை நண்பன் சொன்னது ஞாபகத்துக்கு வரவே குரைக்காமல் மீண்டும் படுத்துக் கொண்டது.

'நல்லவேளை, நாயிடம் குரைக்கக் கூடாதுன்னு சொல்லியிருந்தோம். இல்லாட்டி நம் கால் பட்டு பாத்திரங்கள் உருண்டதை வெச்சு நாய் குரைச்சுருப்பான். நாமளும் வசமா சிக்கியிருப்போம்' என்று தன் சாமர்த்தியத் திட்டத்தை நினைத்து உள்ளூர சந்தோஷப்பட்டுக் கொண்டது பூனை.

மறுநாள் காலை வழக்கம்போல் எழுந்த வேட்டைக்காரன், ராத்திரியில் வீட்டில் கொள்ளை நடந்திருப்பது கண்டு திடுக்கிட்டான். செல்லமாக வளர்த்த நாய் ஏன் ராத்திரியில் குரைக்கவில்லை என்று யோசித்தான். கோபத்தில் தடியை எடுத்து நாயை அடி பின்னி எடுத்தான். அப்போதுதான் நாய்க்கு ஒரு விஷயம் புரிஞ்சுது.

'ராத்திரியில திருட்டுத்தனமா பால் குடிக்க பூனை திட்டம் போட்டிருந்திருக்கிறது. அதனாலதான் நம்மளை எக்காரணம் கொண்டும் குரைக்க வேண்டாம்ன்னு பூனை சொல்லிருக்கு. ஆனா, அதே ராத்திரி நேரத்துல வீட்டுக்குள்ள திருடனும் வந்திருக்கான். அவன் திருடும்போதுதான் பாத்திரங்கள் உருள்ற சத்தம் கேட்டுருக்கு. ஆனா, நாம் முட்டாள்தனமா குரைக்காம இருந்துட்டோமே'ன்னு நினைச்சு வருத்தப்பட்டது நாய்.

வாங்கிய அடியால் ஒரே ஓட்டமாகச் சென்று ஊருக்குள் இருந்த மற்ற நண்பர்களுடன் சேர்ந்துகொண்டது நாய். ஆனால், பூனையோ தன் நண்பனுக்கு ஏற்பட்ட கஷ்டத்தை நினைத்து கொஞ்சம்கூட அலட்டிக்கொள்ளாமல் சுகமாகக் குறட்டை விட்டுத் தூங்கிக் கொண்டிருந்தது.

தன் புதிய நண்பர்களிடம், பூனை தனக்கு செய்த துரோகத்தைச் சொன்னது நாய். அன்று முதல், 'சுயநலவாதிகளான பூனை இனத்துடன் இனிமேல் யாருமே நட்பு கொள்ளக்கூடாது'

அப்படீன்னு நம் இனத்து முன்னோர்கள் எல்லாம் அப்பவே முடிவு செஞ்சுட்டாங்க.

நட்பு தேவைதான்! ஆனால் நமது கடமையைகூட செய்யவிடாத தீய நட்பு ஒருபோதும் கூடாது. அது ஆபத்தானது" என்று கதை சொல்லி முடித்தது அம்மா நாய்.

டெய்ஸி பூனையுடனான நட்பை மறுபரிசீலனை செய்தது 'டிங்'.

□

குரைக்காத நாய் குறட்டை விட்ட பூனை கதை
வாசித்தவர் சிவசரன்

17

ஆட்டுக் குட்டியின் சுதந்திரம்... கன்றுக்குட்டியின் மந்திரம்

'அம்மே...' கன்றுக்குட்டி கத்தியது. தாய்ப்பசுவிடம் ஒரு மனிதன் பால் கறந்து கொண்டிருந்தான். பசியால் தவித்த கன்றுக்குட்டி தொடர்ந்து கத்திக் கொண்டே இருந்தது.

"அழாதடா செல்லம்... இன்னும் கொஞ்ச நேரத்துல பால் கறந்து முடிச்சுடுவாங்க. அதுக்குப் பிறகு உன்னைப் பால் குடிக்க அவிழ்த்துவிடுவாங்க. அதுவரைக்கும் சத்தம் போடாமல் சமர்த்தா இரு" என்று கன்றுக்குட்டியை சமாதானப்படுத்தியது தாய்ப்பசு. இருப்பினும் கன்றுக்குட்டி சமாதானம் அடையவில்லை.

"அதோ பாரும்மா... ஆட்டுக்குட்டிகள் எல்லாம் சுதந்திரமாகவும், சந்தோஷமாகவும் இருக்கின்றன. ஆனால், இந்த மனிதர்கள் மட்டும் ஏன் நம்மை இப்படிக் கட்டிப்போட்டுத் துன்புறுத்துகின்றனர்" என்று துடுக்குத்தனமாகக் கேட்டது கன்றுக்குட்டி. தன் குட்டியின் அறிவுத்திறமையைப் பார்த்து உள்ளூர வெகுவாக மகிழ்ந்தது தாய்ப்பசு.

'மனிதன் பால் கறந்து முடிக்கும்வரை கன்றுக்குட்டியிடம் ஏதாவது பேசிக் கொண்டிருப்போம்' என்று நினைத்த தாய்ப்பசு, ஒரு கதை சொல்ல ஆரம்பித்தது.

"நீ கேட்டது ரொம்ப நல்ல விஷயம். இதை விளக்க உனக்கு ஒரு கதை சொல்கிறேன். பொறுமையாக கேள்" என்றது தாய்ப்பசு.

கதை என்றவுடனே பசியையும் மறந்து சந்தோஷத்தில் குதித்தது கன்றுக்குட்டி. கதை சொல்ல ஆரம்பித்தது தாய்ப்பசு.

"ஒரு ஊரில் இருந்த பண்ணை வீட்டில் ஆடு, மாடு, கோழி, பூனை, நாய் என்று பல வீட்டு விலங்குகள் இருந்தன. அந்த வீட்டில் நல்ல கொழுகொழுவென பசுமாடு ஒன்றும் இருந்தது. உன்னைப் போலவே அறிவான, அழகான ஒரு கன்றுக்குட்டி அதற்கு இருந்தது. தாய்ப்பசுவிடம் பால் குடிப்பதற்காக அந்தக் கன்றுக்குட்டியை அவிழ்த்துவிட்டால் அது வீடு முழுவதும் ஒரு ரவுண்டு அடிக்கும். சுதந்திரமான அந்த ஒரு சில நிமிடங்களை அந்தக் கன்றுக்குட்டி வெகுவாக ரசித்து விளையாடும். அதே பண்ணையில் இருந்த ஒரு வெள்ளை நிற ஆட்டுக்குட்டி, கன்றுக்குட்டி துள்ளிக்குதித்து விளையாடுவதையே பார்த்துக் கொண்டிருக்கும். நாளடைவில் கன்றுக்குட்டியும், வெள்ளாட்டுக் குட்டியும் நல்ல நண்பர்களாயின. ஒருநாள் தன் மனதில் இருந்த வருத்தமான செய்தி ஒன்றை வெள்ளாட்டுக் குட்டியிடம் பகிர்ந்து கொண்டது கன்றுக்குட்டி.'உங்கள் இனத்தவர்கள் எல்லோரும் மிகவும் அதிர்ஷ்டம் செய்தவர்கள். நீ, உன் அம்மா எல்லோருமே சுதந்திரமாக அங்குமிங்கும் சுற்றித் திரிந்து கொண்டே இருக்கிறீர்கள். ஆனால், நானும் என் அம்மாவும் எப்போதுமே கட்டி வைக்கப்பட்டு இருக்கிறோம். எங்களுக்கு சுதந்திரம் என்பதே கிடையாது. இதுதான் எங்கள் இனத்தவர்களின் தலைவிதி' என்று அழுது புலம்பியது அந்தக் கன்றுக்குட்டி. அதற்கு ஆறுதல் சொன்னது வெள்ளாட்டுக் குட்டி.

கன்றுக்குட்டியின் இந்த வருத்தம் நாளுக்குநாள் அதிகமாகிக் கொண்டே போனது. தன் நண்பனின் மனவருத்தத்தைச் சொல்லி தன் அம்மாவிடம் தீர்வு கேட்டது வெள்ளாட்டுக் குட்டி.

'நாமெல்லாம் மனிதர்களுக்கு குறைந்த காலங்களே பயன்படுகிறோம். பெரும்பாலும் இறைச்சிக்காகத்தான் மனிதர்கள் நம்மை வளர்க்கிறார்கள். ஆனால், பசு இனமோ மனிதர்களுக்கு நீண்ட காலங்களுக்குத் தொடர்ந்து பயன் கொடுத்துக் கொண்டேயிருக்கும். குறிப்பாக தினமும் அதிக அளவில் பால் கொடுக்கும். சிலசமயம் மனிதர்களின் விவசாய வேலைகளுக்கும் கூட உதவி செய்யும். இதுமாதிரி ஏராளமான பயன்களை

மனிதர்களுக்கு பசுக்கள் கொடுக்கின்றன. அதனால் நம்மைவிட பசுக்களிடமே மனிதர்கள் மிகுந்த அளவு பாசத்துடன் பழகுகின்றனர். அதுமட்டுமில்லாமல் புராணக்கதைகளின்படி பசு இனத்தை மனிதர்கள் கடவுளாக வழிபடுகின்றனர். இதுபோன்ற காரணங்களால்தான் பசுக்களை எப்போதுமே கட்டிப்போட்டு மனிதர்கள் வளர்க்கின்றனர். பசுக்களுக்கு சுதந்திரம் இல்லாவிட்டாலும்கூட அவை நீண்டநாட்கள் மனிதர்களின் பாதுகாப்பில் உயிர் வாழும்.

ஆனால், நம் ஆட்டு இனத்துக்கு தற்காலிக சுதந்திரம் மட்டுமே கிடைக்கும். நாம் சுதந்திரமாக சுற்றித்திரிந்து புல் மேய்வதால் விரைவாக உடல் பெருத்து கொழுகொழுவென ஆகிவிடுவோம். அதன் பிறகு இறைச்சிக்காக மனிதர்கள் நம்மைக் கொன்றுவிடுவார்கள்' என்று விளக்கமளித்தது தாய் வெள்ளாடு.

இதை தன் நண்பனான கன்றுக்குட்டியிடம் சொல்லி ஆறுதல் சொன்னது வெள்ளாட்டுக் குட்டி. எப்போது வேண்டுமானாலும் பலியிடப்படலாம் என்ற உண்மையைத் தெரிந்துகொண்ட போதும் கூட தனக்கு ஆறுதல் சொன்ன வெள்ளாட்டுக் குட்டியிடம் கொண்ட நட்பை எண்ணி கன்றுக்குட்டி மிகவும் மகிழ்ந்தது" என்று கதை சொல்லி முடித்தது தாய்ப்பசு.

கதையைக் கேட்டு சந்தோஷப்பட்டது கன்றுக்குட்டி.

□

ஆட்டுக்குட்டியின் சுதந்திரம் கன்றுகுட்டியின் மந்திரம்
கதை வாசித்தவர் கருண்சாய்

18

ஓடியது பூனை... ஜெயித்தது ஆமை!

டாம் பூனையும், ஜெர்ரி எலியும் அடிக்கிற லூட்டிகள் உங்களுக்கு நன்றாகவே தெரியும். அன்றும் அப்படித்தான்... டாம் பூனைக்கு தட்டில் வைக்கப்பட்டிருந்த பாலைக் குடித்துக் கொண்டிருந்தது ஜெர்ரி எலி. அதைப் பார்த்த டாமுக்கு வந்ததே ஒரு 'மெகா' கோபம்... அவ்வளவுதான்!

ஒரே பாய்ச்சலில் ஜெர்ரி எலியை அமுக்கப் பாய்ந்தது. 'நல்லவேளை பிழைத்தோம்... தப்பித்தோம்' என்று நினைத்து தலைதெறிக்க ஓடியது ஜெர்ரி. ஒலிம்பிக் ஓட்டப்பந்தய வீரனைப் போல ஜெர்ரி ஓட, திருடனைப் பிடிக்கும் போலீசைப் போல டாம் அதைத் துரத்த... பல கிலோமீட்டர்களைக் கடந்துவிட்டன. வேகமாக ஓடிய ஜெர்ரி பாறை போன்ற ஒன்றின் மீது 'டமாரென்' மோதியது. பின் தொடர்ந்து வந்த டாமும் அதன் மீது மோதி கீழே விழுந்தது.

"டேய் ஜெர்ரி, இந்த இடத்தில் எப்படிடா பாறை வந்துச்சு?" என்று பகை மறந்து விசாரித்தது டாம். "அதாண்ணே, நானும் யோசிக்கிறேன்" என்று மூச்சிரைத்துக் கொண்டே பதில் சொன்னது ஜெர்ரி.

"யாரைப் பார்த்து பாறைன்னு சொல்றீங்க..." என்று கம்பீரமாக முதுகைத் திருப்பிக்கொண்டு கேட்டது ஆமை. "அட நம்ம ஆமையாரா! உன்னை முதுகுப் பக்கமாகப் பார்க்கும்போது சின்ன பாறை மாதிரியே இருந்தது" என்று கிண்டலடித்தது டாம்.

"நீங்க மட்டும் என்ன? ரொம்ப அழகோ... உனக்கு நீளமான காது... அவனுக்கு கூன் விழுந்ததுபோல் முதுகு" என்று டாம் பூனையையும், ஜெர்ரி எலியையும் சேர்த்துவைத்துப் பதிலடி கொடுத்தது ஆமை.

"ஏய், யாரை கிண்டலடிக்கிறே?! எங்க அண்ணன் டாமைப் பற்றி உனக்குத் தெரியாது. ஓட்டப்பந்தயத்துல அவரு சூப்பர் ஸ்டாரு" என்று ஆமையை வம்புக்கு இழுத்தது ஜெர்ரி எலி.

"என்னோட கதை உங்களுக்குத் தெரியும்ல. ஓட்டப்பந்தயத்துல முயலையே ஓரங்கட்டியவன்" என்று பெருமையடித்தது ஆமை.

"சரி, உன்னோட திறமைக்கு ஒரு சவால். உனக்குத் தைரியம் இருந்தால் எங்க டாமுடன் மோதிப் பாரு" என்று ஆமையைப் போட்டிக்கு அழைத்தது ஜெர்ரி.

"போட்டிக்கு நான் தயார். போட்டில நான் ஜெயிச்சுடுவேன். உங்க அண்ணன் தோத்துட்டா என்ன செய்வே?" என்றது ஆமை.

"ஒருவேளை எங்க அண்ணன் தோத்துட்டா, அவரு ஒரு வாரத்துக்குப் பாலே குடிக்க மாட்டாரு..." என்று டாமை மாட்டிவிட்டது ஜெர்ரி.

'ஆஹா, சமயம் பார்த்து நம்மளை சிக்கலில் மாட்டிவிடுறானே...' என்று நினைத்த டாம் பூனை, கோபப்பார்வையால் ஜெர்ரி எலியை முறைத்தது. அதைப் புரிந்துகொண்ட ஜெர்ரி, "அண்ணே, கவலைப்படாதீங்க. உங்களோட திறமை உங்களுக்கே தெரியாது. ஓட்டப்பந்தயத்துல நீங்க சூரப்புலி" என்று தைரியம் சொன்னது ஜெர்ரி.

"ஆமையாரே, நாங்கள் போட்டிக்குத் தயார். நாளை காலை ஏழு மணிக்குப் போட்டியை வெச்சுக்குவோம். நீயும் சீக்கிரமாக வந்துடு" என்றது ஜெர்ரி.

அடுத்தநாள் காலை போட்டி நடக்கும் இடத்துக்கு இரண்டும் வந்து சேர்ந்தன. ஏற்கெனவே ஆமை வந்து காத்திருந்தது.

"ஆமையாரே, இங்கிருந்து போட்டியைத் தொடங்குவோம். அதோ அந்த இடத்துல இருக்குற சிவப்பு பூ பூத்திருக்குற மரத்து வரைக்கும் போகணும்" என்று சொல்லிவிட்டு கோடு போட்டது ஜெர்ரி எலி.

ஆமையும், டாமும் கோட்டின் மீது நின்றன. ஜெர்ரி நடுவர் பொறுப்பை ஏற்றுக்கொண்டது.

"ரெடி...1... 2... 3..." போட்டியை ஆரம்பித்தது ஜெர்ரி. ஆமையும், டாமும் ஓட ஆரம்பித்தன. போட்டியில் ஜெயித்தாக வேண்டும் என்று ஓட்டம் பிடித்தது டாம். ஓடும் பாதை முழுவதிலும் ஒரு அடி உயரத்துக்கு புற்கள் வளர்ந்திருந்தன. இதனால், ஆமை எங்கு ஓடுகிறது, டாம் பூனை எங்கு ஓடுகிறது என்பது தெரியாமல் குழம்பி போயிருந்தது ஜெர்ரி எலி.

போட்டி முடியும் இடத்துக்கு வந்து சேர்ந்தது டாம் பூனை.

"என்ன டாம்? ஏன், இவ்வளவு லேட். நான் வந்து அஞ்சு நிமிஷம் ஆச்சு" என்று முதுகைத் திருப்பி சொன்னது ஆமை. ஆமையைக் கண்டு அதிர்ச்சியடைந்தது டாம்.

"நீ எப்படி இவ்வளவு சீக்கிரம் வந்தே? நான் உன்னைவிட வேகமாகத்தானே வந்தேன்" என்று குழப்பத்தில் கேட்டது டாம்.

"நாம் இருவரும் ஒன்றாகத்தானே ஓட ஆரம்பித்தோம். அப்புறமென்ன உனக்குச் சந்தேகம்?" என்றது ஆமை.

'இனி ஒரு வாரத்துக்குப் பால் குடிக்க முடியாதே' என்று நினைத்துப் பயந்த டாம், "ஆமையாரே, இங்கிருந்து போட்டி தொடங்கிய இடத்துக்கே மீண்டும் ஓடுவோம். இதில் யார் ஜெயிக்கிறார்களோ, அவர்களே வெற்றி பெற்றவர்" என்றது. அதற்கும் சம்மதித்தது ஆமை. ரேஸ் காரை போல மீண்டும் வேகமெடுத்தது டாம். ஆனால், போட்டித் தொடங்கிய இடத்தில் ஜெர்ரிக்குப் பக்கத்தில் காத்திருந்தது ஆமை. அதைக் கண்ட டாம் பூனைக்குப் பைத்தியம் பிடித்தது போல் ஆகிவிட்டது. 'இனி ஒரு வாரத்துக்குப் பால் குடிக்க முடியாதே' என்று வருந்தியது டாம்.

அப்போது பேசத் தொடங்கியது ஆமை: "டாம், கவலைப்படாதே! நீ தான் போட்டியில் ஜெயித்தாய். எனக்கு ஒரு தம்பி இருக்கிறான். நாங்கள் இருவருமே 'டுவின்ஸ்'. போட்டி தொடங்கியவுடன் சிறிது தூரத்திலே நான் நின்று கொண்டேன்.

போட்டி முடிந்த இடத்தில் என் தம்பிதான் இருந்தான். அவன்தான் உன்னை வரவேற்றான். அங்கிருந்து நீ மீண்டும் போட்டியை ஆரம்பிப்பாய் என்று நினைத்தோம். அதேமாதிரி நீயே மீண்டும் போட்டியை ஆரம்பித்தாய். அப்போது நான் இங்கு வந்துவிட்டேன். அதோ பார் என் தம்பி வருகிறான்" என்று கிழக்குத் திசையைக் காட்டியது ஆமை. சற்று தொலைவில் இன்னொரு ஆமை வந்து கொண்டிருந்தது. மீண்டும் ஆமை பேசியது:

"டாம், நீ ஓடியதுதான் பள்ளிக்கூட கல்வி. நாங்கள் செய்தது சமயோஜித புத்தி. வெறும் பள்ளிக்கூட அறிவு மட்டும் போதாது. சமயோஜித அறிவும் தேவை. எனவே பாடத்துக்கும் படிப்புக்கும் வெளியேயும் நாம் திறமைகளை வளர்த்துக்கொள்ள வேண்டும்" என்று அறிவுறுத்தியது ஆமை.

ஆமை சொன்னதை டாமும், ஜெர்ரியும் கேட்டுக்கொண்டன. பின்னர் அனைவரும் நெருங்கிய நண்பர்களாயினர்.

□

ஓடியது பூனை ஜெயித்தது ஆமை கதை வாசித்தவர்
தியானேஷ்

19

'மனுஷங்க மாறிட்டாங்க' காக்கா ஸ்கூல் தொடங்கிவிட்டது

அட, இதென்ன காக்கா ஸ்கூல் என்று யோசிக்கிறீங்களா? தினமும் மாலை 5 மணிக்கு எல்லாக் காக்கைகளும் கூடு திரும்புவதற்கு முன்பு ஆங்காங்கே கொஞ்ச நேரம் மின்கம்பம், புளியமரம், அரசமரம், ஆலமரம் போன்ற இடங்களில் உட்கார்ந்து கொண்டு 'கா... கா' என கத்திக் கொண்டு இருக்குமே... அதுதான் இங்கு காக்கா ஸ்கூல்.

இதோ அரசமரப் பேருந்து நிலையத்தில் காக்கா ஸ்கூல் தொடங்கிவிட்டது. குஞ்சுக் காகம் முதல் வயதான காகங்கள் வரை அனைத்தும் ஆஜராகியிருந்தன. 'இன்னைக்கு டீச்சர் என்ன பாடம் நடத்துவாங்களோ...தெரியலையே!' என்று குஞ்சுக் காகங்கள் எல்லாம் கா... கா... மொழியில் பேசிக்கொண்டு இருந்தன.

அப்போது வயதான அண்டங்காக்கா ஒன்று வந்து அரசமரத்தின் ஒரு கிளையில் அமர்ந்தது.

"நண்பர்களே, எல்லோரும் வந்துவிட்டார்களா?" என்றது.

"தலைவரே, எல்லோரும் வந்துட்டாங்க... குழந்தைங்க ரொம்ப ஆர்வமா இருக்குதுங்க. சீக்கிரமா பாடத்தை ஆரம்பிங்க" என்றது இருட்டு நிற காக்கா.

"குழந்தைகளே, இன்னைக்கு நாம சுற்றுச்சூழல் பத்தி பேசப்போறோம். குறிப்பா மனுஷங்க சுற்றுச்சூழலை எப்படி

கெடுத்துட்டு வர்றாங்கன்னு சொல்லப்போறேன். இதன் மூலம் எதிர்காலத்துல நீங்க ஜாக்கிரதையா இருக்கலாம்” என்று சொல்லிவிட்டு பாடத்தை ஆரம்பித்தது அண்டங்காக்கா. குஞ்சு காகங்கள் எல்லாம் சிரத்தையுடன் பாடத்தை கவனிக்க ஆயத்தமாயின. “நகரத்தில் சுற்றுச்சூழல் ரொம்பவும் மோசமாகிப் போச்சு. ரோட்டை விரிவுபடுத்துறோம், பாலங்கட்டுறோமுன்னு சொல்லி மரங்களை எல்லாம் வெட்டிக்கிட்டே வர்றாங்க. இதனால நம்மோட தோழர்கள் பலர் தங்கள் வீடுகளை இழந்துட்டே வர்றாங்க. அதுமட்டுமில்லாம தண்ணீரும் ரொம்பவே கெட்டுப்போச்சு...” என்று அண்டங்காக்கா பாடம் நடத்திக் கொண்டிருக்கும்போதே ஒரு குஞ்சுக் காக்கா இடைமறித்து ஒரு கேள்வி கேட்டது.

“நம்ம காக்கா இனத்தைப் பத்தி மனுஷங்க கொஞ்சம்கூட நெனச்சே பார்க்கமாட்டாங்களா? மரங்களை வெட்டுனா நாம பாதிக்கப்படுவோம்னு அவங்களுக்குத் தெரியாதா?” என்றது. “வெரிகுட்! ரொம்ப நல்ல கேள்வி கேட்டாய். மனுஷங்க ரொம்ப மாறிட்டாங்க. அவங்களுக்கு நம்மளைப் போன்ற பறவைகளையும், பிற உயிரினங்களையும் பத்தியெல்லாம் யோசிக்க நேரமே கிடையாது. ஏன்னா, அவங்க வாழ்க்கை அசுரவேகத்துலதான் சுத்திக்கிட்டு இருக்கு. ஆனா, ஒண்ணு மட்டும் நிச்சயம். ஒரேயடியா மனுஷங்க நம்மளை மறந்துடலை. அதுபத்தி ஒரு கதையே இருக்கு...” என்று கதை சொல்ல ஆரம்பித்தது அண்டங்காக்கா.

“கொஞ்ச வருஷங்களுக்கு முன்னாடி கருத்தழகு என்ற காக்கா வாழ்ந்துச்சு. தீனிக்காக ஒருநாள் ரொம்ப தூரம் போயிடுச்சு. அப்போ, அதுக்கு பயங்கரமான தாகம்! ‘எங்காவது தண்ணி இருக்காதா!’ என்று ஒரு கிராமத்தை சுத்திச்சுத்தி பறந்துச்சு. ஒரு வீட்டுக்கு வெளியில பானையில கொஞ்சம் தண்ணி இருக்கறதைப் பார்த்து சந்தோஷப்பட்டுச்சு. ஆனா, பானையில இருந்த தண்ணி கொஞ்சமா இருந்துச்சு. காக்கையாலே குடிக்க முடியலை. அப்போ ஒரு ‘பளீர்’ ஐடியா பண்ணுச்சு.

கீழே கிடந்த கூழாங்கற்களையெல்லாம் ஒண்ணு ஒண்ணா பொறுக்கிப் பானைக்குள்ளே மெதுவா போட்டுச்சு. பானையில இருந்த தண்ணியும் மெல்ல மெல்ல பானையோட விளிம்புக்கு வந்துச்சு. அந்தத் தண்ணியும் சுத்தமானதா வடிகட்டினதா இருந்துச்சு. காக்காவும் சந்தோஷமா தண்ணி குடிச்சுச்சு. காக்காவோட இந்தச் செயலை சில மக்கள் பார்த்துட்டு

இருந்தாங்க. அப்போ, கருத்தழகு காக்காவின் அறிவுபூர்வமான செயலைப் பார்த்து ஆச்சர்யப்பட்டுப் போனாங்க.

'கருத்தழகு காக்கா மாதிரி எந்தவொரு விஷயத்திலும் விடாமுயற்சி இருக்கணும், தண்ணீரை சுத்தப்படுத்திக் குடிக்கணும்' அப்படீங்கிற விஷயத்தை மனுஷங்க நம்மோட இனத்தைப் பார்த்துக் கத்துக்கிட்டாங்க. இதுக்கு நன்றி சொல்லும் விதமா, இறந்து போன அவங்களோட முன்னோர்களை நம் வடிவமா பார்க்கறாங்க. சில மனுஷங்க நம் இனத்துக்கு உணவு படைச்சுட்டுதான் அவங்களே சாப்பிடுவாங்க. காய்ச்சி வடிகட்டிய நீரை நம் கருத்தழுகுக் காக்கையைப் போல குடித்து உடலை சுத்தமாக பேணாமல் போனதால் வருகிற ஒருவித வலிப்புக்கு 'காக்கா வலிப்பு' என்றும் அழைக்கிறார்கள்" என்று கதை சொல்லி முடித்தது அண்டங்காக்கா. மேலும் குஞ்சுக் காகங்கள் உள்பட அனைத்துக் காகங்களும் கவனத்தில் கொள்ள வேண்டிய ஒரு விஷயத்தைச் சொன்னது அண்டங்காக்கா.

"இப்போதெல்லாம் மனுஷங்க 'பாக்கெட் வாட்டர்'தான் அதிகமாகப் பயன்படுத்துறாங்க. பாலித்தீன் பையில் இருக்கும் தண்ணீர் மிகவும் ஆபத்து. அதை நீங்கள் யாரும் குடிக்கக்கூடாது. அது உடல்நலத்துக்குத் தீங்கு விளைவிக்கும்" என்று ஒரு 'ஹெல்த் டிப்ஸ்' சொல்லிவிட்டுப் பறந்தது அண்டங்காக்கா. இன்றைய ஸ்கூலில் பல விஷயங்களைத் தெரிந்துகொண்ட மகிழ்ச்சியில் குஞ்சுக் காகங்களும், மற்ற காகங்களும் குதூகலத்துடன் கூடுகளுக்குப் பறந்தன.

□

"மனுசங்க மாறிட்டாங்க" காக்கா ஸ்கூல் தொடங்கி விட்டது கதை வாசித்தவர் தியானேஷ்

20
எறும்பு எக்ஸ்பிரஸ்!

அந்த ரயில் எங்குமே நிற்காது... புற்றிலிருந்து கிளம்பினால் நேரே உணவு இருக்கும் இடம் எவ்வளவு தூரமென்றாலும் சரி 'கூ... கூ... சிக்கு... புக்கு.... சூப்பர்ஃபாஸ்ட்...' உணவைத் தேடிக் கண்டுபிடித்து... பிறகு உணவை எடுத்துக்கொண்டு மீண்டும் புற்றைநோக்கித் திரும்பும் எறும்பு எக்ஸ்பிரஸ்!

பயணிகள் ரயிலும் சரக்கு ரயிலும் அதேதான் என்ன ஒரு வேகம்..! வழியில் யாராவது குறுக்கே போனால்... அவ்வளவுதான் சிக்கு... புக்கு... உடம்பெல்லாம் ஊசி போட்டுப் பிடுங்கிவிடும்.

அன்று அந்த எறும்பு எக்ஸ்பிரஸ் மிகவும் சுறுசுறுப்பாக இயங்கிக்கொண்டிருந்தது. "சீக்கிரம், ம்..." ராணியாரின் கட்டளைக் குரல் கேட்டுக்கொண்டே இருந்தது.

"மழைக்காலம் நெருங்கிவிட்டது. இன்னும் புற்றில் நிறைய வேலைகள் இருக்கின்றன" என்று பரபரத்துக் கொண்டிருந்தது. ஏற்கெனவே பல்வேறு தானிய அறைகள் நிரம்பி இருந்தாலும் மேலும் மேலும் எறும்பு எக்ஸ்பிரஸில் உணவுகள் கொண்டு வரப்பட்டு அறைகள் அனைத்தும் தொடர்ந்து நிரப்பப்பட்டுக் கொண்டேயிருந்தன. பரபரப்புடன் எறும்புகள் இயங்கிக் கொண்டிருந்தன. அப்போது ஒரு ஜூனியர் எறும்பு மட்டும் ராணியாரை நோக்கி ஒரு கேள்வியுடன் சென்றது.

"மன்னிக்க வேண்டும் ராணியாரே! உங்களிடம் ஒரு முக்கிய கோரிக்கை" என்றது. தன்முன் நின்றுகொண்டிருந்த ஜூனியர் எறும்பைப் பார்த்த ராணியார் புன்னகைத்தார்...

"ம்... என்ன?" ஆனால் குரலில் மட்டும் கொஞ்சம் கடுமை.

"ராணியார் அவர்களே, ஏற்கெனவே புற்றில் எக்கச்சக்கமாக உணவு கையிருப்பாக இருக்கிறது..." என்று பேச்சை இழுத்தது ஜூனியர் எறும்பு.

"அது எனக்கும் தெரியும்... அதிகப் பிரசங்கி..." என்று ஆரம்பத்திலேயே குட்டு வைத்தார் ராணியார்.

"இ... இல்லை... மன்னிச்சுடுங்க" என்று ஜூனியர் சமாளிப்பதற்குள், அங்கு மற்ற ஜூனியர் எறும்புகளின் கூட்டமே கூடிவிட்டதையும் ராணியார் கவனிக்கத் தவறவில்லை.

"ஏன் மேலும் மேலும் தானிய உணவு வந்துகொண்டே இருக்கவேண்டும்... கொஞ்சம் 'ரெஸ்ட்' எடுக்கலாமே. நாங்க விளையாடக்கூட அனுமதிக்கப்படுவது இல்லை. எங்க அப்பா அம்மாவுக்கு எக்ஸ்பிரஸ் ஓட்ட உதவி செய்தே பொழுதுபோய்விடுகிறது..." என்று கேள்வியை ஒரு வழியாக கேட்டே விட்டது அந்த ஜூனியர் எறும்பு. "இருப்பதைச் சாப்பிட்டுவிட்டு பிறகு மறுபடியும் உணவு தேடலாமே?" இது இன்னொரு ஜூனியரின் தைரியக்குரல். "அன்பு எறும்புக் குழந்தைகளே..." ராணியார் பரிவுடன் பேசத் தொடங்கினார்.

"நாம் எறும்பு இனத்தைச் சேர்ந்தவர்கள். மனிதர்களுக்கே சுறுசுறுப்பை கற்றுக்கொடுத்தவர்கள் நாம்தான். உழைக்கும் நேரத்தில் கடுமையாக உழைக்க வேண்டும்... அப்போதுதான் ஓய்வுநேரத்தில் நிம்மதியாக இருக்க முடியும். உங்களுக்கு விளக்கமாக ஒரு கதை சொல்கிறேன். கேளுங்கள்" என்று கதை சொல்ல ஆரம்பித்தது ராணியார் எறும்பு. ஜூனியர் எறும்புகளும் கதை கேட்கத் தயாராகின.

"ஒரு காலத்தில் நம் எறும்பு ராஜாவைப் பார்த்து வெட்டுக்கிளி ஒன்று கேலி செய்தது. 'நான் ஜாலியாக இருக்கிறேன். ஆனால், நீ மட்டும் எப்போது பார்த்தாலும் உழைத்துக்கொண்டே இருக்கிறாய். உனக்கே இது அசிங்கமாக இல்லையா...' என்று கூறி பரிகசித்தது. ஆனால், அதைப் பொருட்படுத்தாமல் நம் எறும்பு ராஜா உழைத்து உழைத்துப் புற்றில் உணவு சேர்த்துக் கொண்டேயிருந்தார்.

ஒருநாள் கடும் மழை பெய்தது. குளிரும் அடித்தது. இதனால் வெட்டுக்கிளி மிகவும் அவதிப்பட்டது. நம் எறும்பு ராஜாவிடம்

வந்து, 'எறும்பு ராஜா, கொஞ்சம் வெளியே வாருங்கள்' என்று அழைத்தது. வெளியில் வந்த எறும்பு ராஜா, 'ராஜா என்று இங்கு யாருமில்லை. எல்லோருமே உழைப்பாளிகள்தான்' என்றது.

'வெளியில் பயங்கர மழையாக இருக்கிறது. சாப்பிட எதுவும் கிடைக்கவில்லை. நான்கு நாட்களாக நான் பட்டினி... ஆமாம், நீங்க எப்படி சமாளிக்கிறீங்க?' என்றது வெட்டுக்கிளி. 'மழைக்காலத்துக்கு முன்பு உழைத்துச் சேர்த்ததை இப்போது சாப்பிட்டு ஓய்வாக நிம்மதியாக இருக்கிறேன்' என்றது எறும்பு ராஜா. எறும்புக் கூட்டத்தில் தன்னையும் சேர்த்துக் கொள்ளுமாறு வெட்டுக்கிளி எவ்வளவோ கெஞ்சியது. ஆனால், எறும்பு ராஜா மறுத்துவிட்டார். இந்தக் கதையை தான் மனிதர்கள் பள்ளியிலும் தங்கள் குழந்தைகளுக்குச் சொல்லிக்கொடுத்து கொண்டிருக்கிறார்கள்" என்று கதை சொல்லி முடித்தது ராணியார். அதற்குமேல் வேறு எதுவும் பேசாமல் ஜூனியர் எறும்புகள் எக்ஸ்பிரஸ் ரயிலை வேகமாக விரட்டிச் சென்றன.

□

எறும்பு எக்ஸ்பிரஸ்! கதை வாசித்தவர் தியானேஷ்

21
புறா ஒலிம்பிக்ஸ்

நம்ம மனித ஒலிம்பிக் போட்டிகள் நான்கு ஆண்டுகளுக்கு ஒருமுறை நடக்கிறது அல்லவா, அது போலவே புறா ஒலிம்பிக் போட்டிகள் நாலு மாதத்துக்கு ஒருமுறை நடக்கிறது.

நாம் நடத்தும் ஒலிம்பிக் போட்டிகள் ஒவ்வொரு முறையும் ஒவ்வொரு நாட்டில் நடப்பதைப் போலவே, புறா ஒலிம்பிக் போட்டிகளும் ஒவ்வொரு ஊரில் நடக்கும். இந்த முறை புறா ஒலிம்பிக் போட்டிகள் நம் சிங்காரச் சென்னையில் மெரீனா கடற்கரையில்... ஏராளமான புறாக்கள் கூடியிருந்தன. இதைப் பார்த்து சென்னை மனிதர்கள் ஆச்சர்யப்பட்டனர். ஏனெனில் அவர்களுக்கு கும்பலாக புறாக்கள், குருவிகள், குயில்கள் போன்றவற்றைப் பார்ப்பது உலக அதிசயத்துக்குச் சமம்.

"மனிதர்கள் நம்மைக் கண்டுகொள்ளவில்லையே... நம் ஒலிம்பிக் போட்டிகளைப் பார்க்க ஒருவர்கூட நிற்கவில்லையே என்று யாரும் வருத்தப்படாதீர்கள். மனிதர்களின் பார்வை நம் பக்கம் படாமல் இருக்கும்வரை நமக்குதான் நல்லது" இது புறா ஒலிம்பிக் போட்டிகளை நடத்தும் கமிட்டித் தலைவரின் 'அட்வைஸ்.'

புறாத் தலைவரின் அறிவுரையைக் கேட்டு மற்ற புறாக்கள் எல்லாம் சந்தோஷத்தில் றெக்கைகளை வீசின.

"இங்கிருந்து மகாபலிபுரத்தில் இருக்கும் பழங்கால சிற்பக்கோயில் வரை சென்றுவிட்டு யார் முதலில் வருகிறார்களோ அவர்கள் தான் ஜெயித்தவர்கள்" என்று அறிவிக்கப்பட்டது. முதல் போட்டியில் கலந்துகொள்ள பெயர் கொடுத்திருந்த புறாக்கள் எல்லாம் வரிசையாக வந்து அமர்ந்தன. ஆனால், தலைவர் மீண்டும் 'மைக்' பிடித்தார்.

"இது வெறும் போட்டிதான்... நாம் ஒருவர் மீது ஒருவர் பகைகொள்ளக்கூடாது. அதன் அடையாளமாகவே இந்த ஒலிம்பிக் போட்டிகள் நடத்தப்படுகின்றன. மனிதகுல ஒற்றுமைக்கு நம்மைத்தான் உதாரணமாகப் பறக்கவிடுகிறார்கள். இந்த உலகின் அமைதிச் சின்னமாக நம்மைத்தான் மனிதர்கள் கருதுகிறார்கள். எனவே யார் வெற்றி பெற்றாலும் தோல்வியடைந்தவர்களை ஏளனம் செய்யாதீர்கள். எல்லாவற்றையும் இயல்பாக எடுத்துக் கொள்ளுங்கள். இதை விளக்கமாக உங்களுக்குச் சொல்ல ஒரு கதை சொல்கிறேன். கவனமாக கேளுங்கள்" என்று ஒரு நீண்ணட கதையைச் சொல்லத் தயாரானார் கமிட்டித் தலைவர். அந்தக் கதையைக் கேட்க புறாக்கள் எல்லாம் ஆர்வமாகின.

"வானில் சந்தோஷமாக நம் புறா நண்பர்கள் பறந்து கொண்டிருந்தனர். அப்போது கீழே தரையில் தானியங்கள் கொட்டப்பட்டிருந்தன. அதைப் பார்த்தவுடன் சில புறாக்களுக்கு தானியங்களைத் தின்ன வேண்டும் போலிருந்தது. ஆனால், அதற்கு புறாத் தலைவன் அனுமதிக்கவில்லை.

'தோழர்களே, கீழே கொட்டியிருக்கும் தானியங்களைத் தின்பதற்கு யாரும் முயற்சி செய்யாதீர்கள். இதில் ஏதோ சூழ்ச்சி இருப்பது போல் தெரிகிறது' என்று சொல்லி முடிப்பதற்குள் சில புறாக்கள் சர்ரென கீழே வந்து தானியங்களைக் கொத்தித் தின்ன ஆரம்பித்தன.

அப்புறமென்ன... வழக்கம்போலவே வேடன் விரித்து வைத்திருந்த வலையில் வசமாக அந்தப் புறாக்கள் சிக்கிக்கொண்டன.

'நம் தலைவர் எவ்வளவோ சொல்லியும் கேட்காமல் இப்படி வந்து மாட்டிக்கொண்டோமே' என்று அந்த சில புறாக்கள் மனம் வருந்தின.

வானில் பறந்துகொண்டே இதைக் கவனித்த புறாத் தலைவரும் மற்ற புறாக்களும் அதே வலையில் வந்து தானாகவே சிக்கிக் கொண்டன. 'தலைவரே, நீங்கள் வெளியில் இருந்து எங்களைக் காப்பாற்றுவீர்கள் என்று நம்பியிருந்தோம். ஆனால், நீங்களும் வந்து இப்படி வலையில் சிக்கிக்கொண்டீர்களே...' என்று தானியத்துக்கு ஆசைப்பட்டு வலையில் சிக்கியிருந்த புறாக்கள் கேட்டன.

'சகோதரர்களே, உங்களுக்கு ஒரு துன்பம் வந்தால் அதை நாங்கள் பார்த்துக் கொண்டிருக்க முடியுமா? அதனால்தான் நானும் மற்ற நண்பர்களும் வலையில் வந்து மாட்டிக்கொண்டோம். இப்போது நாம் அனைவரும் ஒற்றுமையாக ஒரே சமயத்தில் முயற்சி செய்தால் வேடனின் கையில் மாட்டிக்கொள்ளாமல் தப்பித்துவிடலாம்' என்று தலைவர் கொடுத்த ஐடியாவை அத்தனை புறாக்களும் செயல்படுத்தத் தயாராகின. அப்படியே வேடனின் வலையுடன் பறக்க ஆரம்பித்து அருகிலிருந்த காட்டுப்பகுதிக்குள் சென்றன. அங்கு புறாத் தலைவரின் நண்பர்களான எலிக்கூட்டம் வசித்து வந்தது. பின்னர் வலையில் இருந்த நம் புறா நண்பர்களுக்கு எலிகள் விடுதலை கொடுத்தன. இந்தச் சம்பவத்துக்குப் பின்னர்தான் நம்மை ஒற்றுமையின் சின்னமாக மனிதர்கள் பார்க்க ஆரம்பித்தனர். எனவே நாம் எப்போதும் ஒற்றுமையாகவே இருப்போம்" என்று கதையைச் சொல்லி முடித்தார் கமிட்டி தலைவர்.

கதை முடிந்ததும் கோலாகலமாக ஒலிம்பிக் போட்டிகள் தொடங்கின.

□

புறா ஒலிம்பிக்ஸ் கதை வாசித்தவர் ஸ்ரீநிதா

22

சின்ன பெங்குவினின் பெரிய கேள்வி!

பெங்குவின் நீச்சல் பயிற்சி பள்ளியில் ஒரே ஆரவாரம்!

இந்த நீச்சல் பள்ளியில் உயரத்திலிருந்து தண்ணீருக்குள் 'டைவ்' அடிப்பது, கடலில் ஆழம் வரைச் சென்று இரை தேடுவது, எதிரிகளைக் கண்டால் எப்படி பாதுகாப்பாக தப்பிப்பது போன்ற பயிற்சிகள் எல்லாம் குட்டி பெங்குவின்களுக்கு கற்றுத் தரப்படுகிறது. இதோ இன்றைய பயிற்சிகள் ஆரம்பித்துவிட்டன. "எல்லோரும் சீக்கிரமாக வாங்க. தலைமையாசிரியர் வரப்போகிறார்" என்று சொல்லி உடற்பயிற்சி அளிக்கும் பெங்குவின் விசில் ஊதியது. விசில் சத்தம் கேட்டதும் எல்லா பெங்குவின்களும் 'மளமளவென' வந்து வரிசையாக ஆஜராகின. பெங்குவினின் தலைமையாசிரியர் வந்து சேர்ந்தார்.

"என் அருமைச் செல்வங்களே, உங்களுக்கு எந்தவிதமான சந்தேகங்கள் இருந்தாலும் கேளுங்கள். பின்னர் பயிற்சிகளில் ஈடுபடுவோம்" என்றது பெங்குவின் தலைமையாசிரியர். அவர் பேசி முடிப்பதற்குள் ஒரு 'துறுதுறு' குட்டி பெங்குவின் கேள்வியுடன் முன்னே வந்தது.

"இந்தக் கடலுக்கு அந்தப் பக்கமாக என்ன இருக்கிறது? அதைத் தெரிந்துகொள்ள ஆசையாக இருக்கிறது?" என்றது அந்தக் குட்டி பெங்குவின்.

"ஆஹா, அருமையான கேள்வி. இதற்கு நம் நீச்சல் பள்ளியின் ஓய்வு பெற்ற ஆசிரியர் பதில் சொன்னால் மிகவும் பொருத்தமாக இருக்கும்" என்றது தலைமையாசிரியரான பெங்குவின். சில நிமிடங்களில் உடல் தளர்ந்த வயதான ஒரு பெங்குவின் வந்து சேர்ந்தது.

"அன்புக் குழந்தைகளே, இதே கேள்வி சில நூற்றாண்டுகளுக்கு முன்பு ஒரு பெங்குவினுக்கு வந்தது. அந்தக் கதையைச் சொல்கிறேன். கவனமாகக் கேளுங்கள்" என்றது. கதை கேட்கும் ஆர்வத்தில் அனைத்தும் தயாராயின.

"ஒரு காலத்தில் நம் இனத்துக்கு பறக்கும் சக்தி இருந்தது. அப்போது நம் முன்னோரான அந்த பெங்குவின் கடல் கடந்து சென்று பார்க்க ஆசைப்பட்டது. அதன் ஆசைக்குக் காரணம், அப்போது ஒரு மனிதன் இந்தத் தீவுக்கு வந்ததை அந்த பெங்குவின் பார்த்தது. மனிதன் கம்பளி போர்த்தியிருப்பதைப் பார்த்து, 'மனிதர்களின் தோல் சொரசொரப்பானது, அவர்களால் குளிரையும் தாங்க முடியும் போல...' என்று தானாகவே நினைத்துக் கொண்டது.

'நம் தோல் போலத்தானே அந்த மனிதனுக்கும் இருக்கிறது. அப்படியென்றால், நாம் ஏன் மனிதர்கள் வாழும் இடத்துக்குப் போக முடியாது?' என்று யோசித்தது அந்த பெங்குவின். அதன் விளைவாகத்தான் கடலைக் கடந்துசென்று பார்க்கும் ஆசை பெங்குவினுக்கு வந்தது. அந்த மனிதனிடம் சென்று தன் விருப்பத்தைத் தெரிவித்தது. மறுநாள் காலை அழைத்துப் போவதாக அந்த மனிதனும் உறுதியளித்தான். இந்த சந்தோஷச் செய்தியை தாயிடம் சொன்னது பெங்குவின்.

'நான் சொல்வதைக் கேள். கடல் தாண்டிப் போகாதே. நாம் குளிர்பிரதேச விலங்குகள். நம்மால் வெப்பம் தகிக்கும் இடங்களில் ஒரு சில நிமிடங்கள்கூட வாழ முடியாது' என்று எவ்வளவோ எச்சரித்தது தாய் பெங்குவின்.

'அம்மா, விஷயம் தெரியாமல் உளறாதே. மனிதனுக்கும் நம்மை மாதிரிதான் உடம்பு இருக்கிறது. கடலின் மறுபக்கம்

மனிதர்களால் வாழமுடியுமென்றால் நம்மாலும் முடியும்' என்று மிடுக்காக சொல்லிவிட்டு அடுத்தநாள் பயணத்துக்குத் தயாரானது குட்டி பெங்குவின்.

மனிதன் விமானத்தில் சென்றான். விமானத்துக்குப் பின்னே பெங்குவின் பறந்தது. கடலின் மறுபக்கத்தை நெருங்க நெருங்க பெங்குவினால் வெப்பத்தின் கடுமையைத் தாங்க முடியவில்லை. விமான தளத்திலேயே சுருண்டு விழுந்தது. தன்னை அழைத்து வந்த மனிதனைத் தேடியது. விமானத்தின் உள்ளிருந்து மனிதன் கம்பளி ஆடையின்றி சாதா 'காட்டன்' பனியன் அணிந்து வருவதைப் பார்த்தது. அப்போதுதான் அதற்கு உண்மை விளங்கியது.

'அம்மா சொன்னதுதான் சரி! நம்மால் வெப்பநிலப் பிரதேசங்களில் வாழமுடியாது. சிங்கம், மாடு போன்ற விலங்குகளால் நம் குளிர்பிரதேசங்களில் வாழமுடியாது. ஆனால், மனிதன் மட்டும்தான் சூழ்நிலைக்குத் தகுந்த மாதிரி வாழ சில ஏற்பாடுகளைச் செய்து கொண்டிருக்கிறான்' என்பதை உணர்ந்தது.

இந்தச் சம்பவத்தைத் தொடர்ந்து, 'நமக்குப் பறக்கும் சக்தி தேவையில்லை' என்று நமது முன்னோர்கள் முடிவு செய்தனர். அடுத்த தலைமுறையினருக்கும் அவர்கள் பறப்பது எப்படி என்பதைச் சொல்லிக் கொடுக்கவில்லை" என்று கதை சொல்லி முடித்தது.

கதையைக் கேட்டவுடன் அந்தச் சின்ன பெங்குவின் உள்பட அனைத்து பெங்குவின்களுமே ஆனந்தத்தில் தண்ணீருக்குள் 'டைவ்' அடித்தன.

□

சின்ன பெங்குயினின் பெரிய கேள்வி கதை வாசித்தவர்
ஸ்ரீநிதா

<h1 align="center">23</h1>

<h1 align="center">பன்றியின் 'பலே' பழக்கம்!</h1>

ஒரு கிராமத்தில் பண்ணை ஒன்று இருந்தது. அந்தப் பண்ணையில் ஏராளமான பன்றிகள் இருந்தன. முட்டைகோஸ், கிழங்குகள் என்று பன்றிகளுக்கு நல்ல தீனிகள் கிடைத்ததால், எல்லாப் பன்றிகளுமே 'கொழுகொழு'வென இருந்தன.

ஒருநாள் அந்தப் பண்ணைக்கு முன்பு ஒரு வித்தைக் காட்டுபவன் வந்தான். அவனிடம் ஒரு கரடி இருந்தது. அந்தக் கரடி பல வித்தைகள் செய்தது. இதைக் குழந்தைகள் உள்பட அனைவரும் பார்த்து ரசித்து சந்தோஷப்பட்டுக் கொண்டிருந்தனர்.

இதைப் பண்ணைக்குள் இருந்த பன்றிகள் எல்லாம் பார்த்துக் கொண்டிருந்தன.

"ச்சே... நம்மைத் தவிர எல்லா விலங்குகளுமே அதிர்ஷ்டம் செய்தவை. இந்தக் கரடி கூட அதிர்ஷ்டக்கார கரடிதான். அதனால்தான் ஜாலியாக வித்தைகள் செய்து பலரையும் மகிழ்வித்து கொண்டிருக்கிறது" என்றது ஒரு பன்றி.

"ஆமாம் அண்ணா, நீ சொல்வது சரிதான்! ஆனால், இந்த மனிதர்களுக்குதான் நம் இனத்தையே பிடிக்கமாட்டேங்குதே..."

என்று அங்கலாய்த்துக் கொண்டது இன்னொரு பன்றி. இதைப் பக்கத்தில் இருந்த ஒரு வயதான பன்றி கேட்டுக் கொண்டிருந்தது.

"சகோதரர்களே, மனிதர்களைத் தவறாக நினைக்காதீர்கள். அவர்கள் நம் மீது அளவற்ற அன்பும், பாசமும் கொண்டிருக்கிறார்கள். இதை நீங்கள் புரிந்துகொள்ள உங்களுக்கு ஒரு கதை சொல்கிறேன். கவனமாக கேளுங்கள்" என்றது அந்த வயதான பன்றி.

கதை என்றவுடன் அனைத்து பன்றிகளும் தங்கள் காதுகளைத் தூக்கி வைத்துக்கொண்டு வயதான பன்றியைச் சுற்றி வட்டமிட்டு நின்றன.

"நம் இனத்தில் முள்ளம் பன்றி, வெள்ளைப் பன்றி, கறுப்பு வெள்ளை நிறம் கலந்த பன்றி என்று பல வகைகள் உள்ளன. அந்தக் காலத்தில் மனிதர்கள் வசிக்கும் பகுதிகளை சுத்தம் செய்யும் வேலையை நம் இனத்தவர்கள்தான் செய்து கொண்டிருந்தோம்.

ஒருமுறை மிருகக்காட்சிசாலையை சுத்தம் செய்வதற்காக நம் இனத்தவர்கள் அங்கு கொண்டுசெல்லப்பட்டனர். நம் இனத்தவர்களும் மும்முரமாக பணியாற்றிக் கொண்டிருந்தனர். அப்போது மிருகக்காட்சிசாலையில் இருந்த ஒரு கரடி நம் இனத்தவர்களை ஏளனமாகப் பேசியது.

'நீங்கள் எல்லாம் பாவம் செய்தவர்கள். அதனால்தான் மனிதர்கள் உங்களை சுத்தப்படுத்தும் பணிக்கு பயன்படுத்துகின்றனர். ஆனால், எங்களைப் பாருங்கள். நாங்கள்தான் குழந்தைகளுக்கு செல்லப்பிராணியே. இன்று உலகிலுள்ள எல்லாக் குழந்தைகளும் 'டெடி' பொம்மைகளைதான் வைத்து விளையாடுகின்றனர். ஆனால், குழந்தைகள் எல்லோரும் உங்களை ஒதுக்கிதான் வைக்கின்றனர்' என்று பேசியது அந்தக் கரடி.

இதைக் கேட்டு நம் இனத்தவர்கள் எல்லோருமே வருத்தப்பட்டனர். அப்போது, 'இந்தக் கரடி சொல்வதைக் கேட்டு யாரும் மனம் வருந்த வேண்டாம். பிறர் நம்மீது சொல்லும் இழிவான விமர்சனங்களை நினைத்துக் கவலைப்படக்கூடாது. மாறாக, நம்முடைய நற்செயல்களின் மூலம் பிறரது பாராட்டுகளைப் பெறவே முயற்சி செய்யவேண்டும். அதை விடுத்து விமர்சனம் செய்பவர்கள் மீது கோபம் கொள்ளக்கூடாது' என்று பாட்டி பன்றி ஒன்று கூறியது. இதை எல்லோரும் ஏற்றுக்கொண்டனர். அன்று முதல் ஏதாவது ஒரு நல்ல பழக்கத்தைத் தொடர்ந்து கடைப்பிடிக்க

வேண்டும் என்று எல்லோரும் முடிவு செய்தனர். அதுதான் சேமிப்பு.

சுத்தம் செய்யப்போகும் இடங்களில் அங்கொன்றும் இங்கொன்றுமாகக் கிடக்கும் சில்லறை நாணயங்களை எல்லாம் எடுத்து வந்து பன்றிகள் சேகரிக்கத் தொடங்கின. சில மாதங்களில் ஒரு சில்லறை மலையே உருவாகிவிட்டது. ஒருசமயம் பன்றிகளின் இருப்பிடத்தைச் சுற்றிப்பார்க்க வந்த ஒரு மனிதன் பன்றிகளின் சேமிப்புத் திறமையை கண்டு வியந்தான். மற்ற மனிதர்களிடமும் பன்றியைப் பற்றி உயர்வாக கூறினான். அன்று முதல் சேமிப்பின் சின்னமாக நம் இனத்தவர்கள் கருதப்படுகிறார்கள். இன்றைய குழந்தைகள் பலரிடமும் நம் உருவ வடிவிலான உண்டியல்கள் இருக்கும். அதோ, அந்தக் கரடி செய்யும் வித்தையைப் பார்க்க வந்திருக்கும் குழந்தைகள்கூட நம் உருவம் பொறித்த உண்டியலில் இருந்துதான் காசு எடுத்து வந்திருப்பார்கள். எனவே மனிதர்களைத் தவறாக நினைக்க வேண்டாம்” என்று கதை சொல்லி முடித்தது அந்த வயதான பன்றி.

கதையைக் கேட்டுவிட்டு எல்லாப் பன்றிகளும் கம்பீரமாக பண்ணைக்குள் உலா வந்தன.

□

பன்றியின் “பலே” பழக்கம்! கதை வாசித்தவர்
குருதர்ஷன்

24

ஒட்டகமும் ஒரு விஷயமும்

அது ரொம்ப அழகான கடற்கரை. மாலையில் குழந்தைகள் குதூகலத்துடன் தங்கள் பெற்றோர்களோடு வந்து, கடற்கரையில் உலாவிக்கொண்டும் உட்கார்ந்தும் காற்று வாங்கி, சுண்டல், ஐஸ்கிரீம் போன்ற தின்பண்டங்களைச் சாப்பிட்டுவிட்டு, கடல் அலையோடு விளையாடிச் செல்வார்கள். அந்தக் கடற்கரையில் குழந்தைகளுக்காக ஏராளமான விளையாட்டு அம்சங்கள் இருந்தன. ஊஞ்சல், சறுக்குமரம், சீஸா, ராட்டினம் போன்றவை! இதோடு சவாரி செய்து மகிழ ஒரு ஒட்டகமும் இருந்தது. அதற்கு ஒரு குட்டியும் இருந்தது.

மிகச் சிறிய குழந்தைகள் குட்டி ஒட்டகத்தின் முதுகில் உட்கார்ந்தனர். பெரியவர்களும் சிறுவர் சிறுமியர்களும் உயரமான அம்மா ஒட்டகத்தின் முதுகில் அமர்ந்து சவாரி செய்து மகிழ்வார்கள். ஒட்டகமும், அதன் குட்டியும் பயணிகளை ஏற்றிக் கொண்டு சென்றன. குட்டி ஒட்டகத்தின் மீது உட்கார்ந்திருந்த ஒரு சிறுமி, "ஒட்டகத்தால வேகமாக ஓட முடியாதா..?" என்று ஒட்டகத்தின் பாதுகாப்பாளரிடம் கேட்டாள். இதைக் கேட்டவுடன் குட்டி ஒட்டகத்துக்கு கோபம் வந்தது. கோபத்தால் வேகமாக

உடலைக் குலுக்கிப் பயணிகளைப் பயமுறுத்தியது. அப்போது அதை அம்மா ஒட்டகம் சமாதானம் செய்தது.

"டேய், செல்லம்! நீ இப்படிக் கோபப்படாதே! மனிதர்கள் நம்மைப் பற்றி ஏளனமாகப் பேசுவதையெல்லாம் நீ கண்டுக்காதே. இது சம்பந்தமாக உனக்கு ஒரு கதை சொல்கிறேன் கேள்" என்று அம்மா ஒட்டகம் கதை சொல்ல ஆரம்பித்தது.

"முன்பொரு காலத்தில் நைல் நதிக்கரையில் இருக்கும் எகிப்தில் ஒரு ஒட்டகம் இருந்தது. அது ஆஜானுபாகுவாக திமில் முதுகுடன் பார்க்க உன்னை மாதிரியே ரொம்பவும் அழகாக இருக்கும். அதன் எஜமானர்கள் எகிப்திய அரேபியர்கள். சகாரா பாலைவனத்தில் செல்லும்போது அந்த ஒட்டகத்தின் மீதுதான் பயணம் செய்வார்கள். பாலைவனத்தில் ஒட்டகத்தைத் தவிர வேறு எந்தப் பிராணியும் செல்ல முடியாது.

ஒருநாள் ஓய்வாக இருந்தபோது அந்த ஊரிலிருந்த தனது நண்பர்களான குரங்கு, நாய், முயல், குதிரை போன்றவர்களை சந்திக்க அந்த ஒட்டகம் சென்றது. ஆனால், அன்று நண்பர்கள் ஒட்டகத்தை கிண்டல் செய்வது போன்று நடந்து கொண்டன. 'நீ மசமசன்னு இருக்குற கேஸ்' என்றது நாய். 'ஆடி அசைஞ்சு நீ நடக்குறதுக்குள்ள விடிஞ்சே போயிடும்' என்றது முயல். 'இவ்வளவு மெதுவா நடக்கும் உனக்கு இவ்வளவு மரியாதையா?' அலுத்துக் கொண்டது குதிரை. ஆனால், குரங்கு மட்டும் ஒட்டகத்தைப் பார்த்துப் பரிதாபப்பட்டது.

'பாலைவனத்தில் நான் நடந்தால் சும்மா பாலைவனமே அதிரும் அளவு வேகமாகப் பயணிப்பேன்' என்று ஒவ்வொரு விலங்கும் பெருமையடித்தன. ஆனால் ஒட்டகம் எதுவும் பேசவில்லை.

'உன்னை இவ்வளவு கேலி செய்கிறார்கள். ஏன் அமைதியாக இருக்கிறாய்?' என்றது குரங்கு.

'இது கேலி இல்லை நண்பா... அவர்களது அறியாமை! இவர்களில் யாருமே பாலைவனத்தைப் பார்த்ததுகூட கிடையாது. அது எப்படி இருக்கும்... அதில் நடப்பது எவ்வளவு கஷ்டம்... என்பதெல்லாம் எதுவும் இவர்களுக்குத் தெரியாது. தண்ணீரே குடிக்காமல் பல மாதங்கள் தொடர்ந்து நான் உழைப்பது இவர்களுக்குத் தெரிய வாய்ப்பில்லை. 'பாலைவனக் கப்பல்'

என்று மனிதர்கள் என்னைப் புகழ்வதும் இவர்களுக்குத் தெரியாது. அதனால் என்னைப் பற்றிப் பேசும் தகுதி இவர்களுக்கு இல்லை.

'ஒரு விஷயத்தை மட்டும் நீ ஞாபகம் வைத்துக்கொள். அதாவது, தகுதி இல்லாதவர்கள் நம்மைக் கேலி செய்தால் நமக்குக் கோபமே வரக்கூடாது. சிரிப்புதான் வரவேண்டும்' என்று குரங்குக்குப் பதில் சொன்னது அந்த ஒட்டகம்" என்று சொல்லி கதையை முடித்தது அம்மா ஒட்டகம்.

"கேட்டியா செல்லம்! நீயும் அந்த ஒட்டகம் மாதிரிதான் நடந்து கொள்ள வேண்டும். பிறர் நம்மைக் கேலி செய்கிறார்கள் என்று நினைத்துக் கவலையும்படக் கூடாது. அதேசமயம் நம்மைக் கிண்டல் செய்பவர்களையும் தண்டிக்க முற்படக்கூடாது" என்று தன் குட்டிக்கு அறிவுரை சொன்னது அம்மா ஒட்டகம்.

அம்மாவின் அறிவுரையைக் கேட்டுச் சமாதானம் அடைந்தது குட்டி ஒட்டகம்!

□

ஒட்டகமும் ஒரு விஷயமும் கதை வாசித்தவர்
திவ்யதர்ஷினி

25
தூக்கணாங் குருவியின் அட்வைஸ்!

அந்த ஊரின் எல்லையில் மிகப் பெரிய அரசமரம் ஒன்று இருந்தது. அதில் ஏராளமான பறவைகள் கூடுகட்டி வாழ்ந்து வந்தன. காக்கைக் கூடுகள் மரச்சுள்ளிகளால் கட்டப்பட்டவை. கிளிகளின் கூடுகளோ மரப் பொந்துகள். மேல் பொந்துகள் ஆந்தைகளுடையவை. தவிட்டுக் குருவிகள் தேங்காய் நார்களால் மிகப் பெரிய கூடு ஒன்றைக் கட்டி இருந்தது. புற்கள், வைக்கோல், மரச்சுள்ளி, ஒன்றிரண்டு கம்பிகள் இதன் கூடவே பஞ்சு மாதிரியான பூக்களை வைத்து ஒரு கழுகு கூடு கட்டியிருந்தது. இந்தக் கூட்டைப் பார்த்த எல்லாப் பறவைகளுக்கும் அதன்மீது ஒரு கண்.

அதே மரத்தில் ஒரு தூக்கணாங் குருவியின் கூடும் இருந்தது. அது ஒரு கிளையில் இருக்கும் இலையின் முனையில் தொங்கியபடி இருந்தது. அந்தச் சிறிய அழகான கூட்டின் உள்ளே ஒரு தாய்ப்பறவை, தனது குஞ்சுக்கு உணவளித்துக் கொண்டிருந்தது. அப்போது குஞ்சுப் பறவை தாய்ப்பறவையைப் பார்த்து, "அம்மா நமது கூடு மட்டும் இப்படி மூடி இருப்பது ஏன்? என்னால் வானத்தைக்கூட பார்க்க முடியவில்லை!" என்று அந்தக் குருவிக்குஞ்சு கண்ணீரோடு அழுத்துக்கொண்டது.

இதற்கு அந்தத் தாய்க்குருவி, "இந்தக் கூட்டை எவ்வளவு கஷ்டப்பட்டு நானும் உன் அப்பாவும் சேர்ந்து கட்டினோம் தெரியுமா? நாம் எப்போதுமே மற்றவர்களின் வீடுகளைப் பார்த்துப் பொறாமை அடையக்கூடாது. நான் உனக்கு ஒரு கதை சொல்கிறேன் கேள்" என்று சொன்னது தாய்க்குருவி.

கதை என்றதுமே குருவிக்குஞ்சு சந்தோஷமாக கேட்கத் தொடங்கியது. அம்மா குருவி கதை சொல்ல ஆரம்பித்தது.

"ஒரு ஊரில் ஒரு மனிதன், குரங்கு ஒன்றை வளர்த்து வந்தான். மனிதன் வளர்த்த குரங்கு என்பதால் அதற்கு வாஸ்து சாஸ்திரம் தெரியும் என்று அந்த ஊர் பறவைகள் எல்லாம் நினைத்தன. நம்ம இனத்தைச் சேர்ந்த தூக்கணாங் குருவி குடும்பம் மட்டும் அதை நம்பவில்லை. மற்ற எல்லாப் பறவைகளும் அந்தக் குரங்கிடம் சென்று கூடுகட்ட வாஸ்து முறை கேட்டன. அதற்கு குரங்கு 'உங்களுடைய கூடு இப்படி இருக்க வேண்டும். மரத்தின் நடுவில் உள்ள பிரதான கிளைக்குப் பக்கத்தில் வரவேண்டும். அப்போதுதான் குஞ்சு கொழுகொழுவென்று வளரும்' அப்படி இப்படி என்று பலவிதமான யோசனைகளைச் சொன்னது.

குரங்கின் வார்த்தைகளைக் கேட்டே அனைத்துப் பறவைகளும் தங்கள் கூடுகளைக் கட்டின. ஆந்தைகள்கூட பொந்துகளை மாற்றின. காக்கைகள் சொல்லவே வேண்டாம் அப்படியே குரங்கு சொன்ன வாஸ்துவை நம்பின.

ஆனால், நமது தூக்கணாங் குருவிக் குடும்பம் மட்டும் வழக்கம்போல மரத்தின் ஒரு கோடியில் இலையில் தொங்கும் வீட்டை அமைத்தன. எல்லாப் பறவைகளும் தம் யோசனைப்படி கூடுகளைக் கட்டி முடித்ததை அறிந்த குரங்கு, அவை எப்படி உள்ளன என்பதைப் பார்க்க வருவதாகக் கூறிக் கொண்டு மரத்தில் ஏறியது. கூடுகளிலிருந்து முட்டைகளை எல்லாம் எளிதில் எடுத்துத் தின்று ஏப்பம் விட்டது. கேட்டால் தட்சணை என்றது. பறவைகள் எல்லாம் கதறின. ஆனால் நம் தூக்கணாங் குருவி கூட்டுப் பக்கம் அந்தக் குரங்கால் வர முடியவில்லை." என்று அம்மா குருவி கதையைச் சொல்லி முடித்தது.

"என் செல்லமே... நமது வசதிக்குதான் வீடுகள் கட்டவேண்டும். மற்றவர்கள் சொல்லைக் கேட்டு அவர்கள் வசதிக்கு நாம் வீடு கட்டினால் இப்படித்தான் ஆகும்" என்று தன் குஞ்சுக்கு அட்வைஸ் கூறியது தாய் தூக்கணாங் குருவி. □

தூக்கணாங்குருவியின் அட்வைஸ்! கதை வாசித்தவர்
திருச்செல்வன்

<h1 style="text-align:center">26
இங்கிலீஷ் தவளை</h1>

ஊருக்கு வெளியே இருக்கும் ஒரு குளத்தில் ஏராளமான தவளைகள் வசித்து வந்தன. அவற்றில் ஒரு தவளை தனது குட்டிகளுடன் குதூகலமாக வாழ்ந்து வந்தது. ஒருநாள் அதன் குட்டிகளில் ஒன்று தாயிடம் தத்தித்தத்தி வேகமாக வந்தது. "ஏன் வேகமாக வருகிறாய் ஏதாவது ஆபத்தா?" என்று தாய்த் தவளை பரிவோடு கேட்டது.

"அம்மா... அதோ பாருங்கள்... அந்தக் குட்டித் தவளைகள் இங்கிலீஷில் வெளுத்து வாங்குகின்றன... அம்மா... அம்மா... என்னையும் இங்கிலீஷ் படிக்க வை" என்று 'ஓ'வெனக் கூப்பாடு போட்டது அந்தக் குட்டித் தவளை. அதோடு மற்ற குட்டிகளும் சேர்ந்துகொண்டன.

ஒருவழியாக அவற்றை அமைதிப்படுத்திவிட்டு தாய்த் தவளைப் பேசத் தொடங்கியது... "அன்புக் குழந்தைகளே... ஒரு புதிய மொழியைக் கற்றுக் கொள்ளும் உங்கள் ஆர்வத்தைப் பாராட்டுகிறேன். ஆனால், நான் சொல்லப்போகும் இந்தக் கதையைக் கவனமாகக் கேளுங்கள். பிறகு நீங்களே முடிவு செய்து கொள்ளுங்கள்" என்று கூறி ஒரு கதையைச் சொல்லத் தொடங்கியது அம்மா தவளை.

"ஒரு ஊரில் ஒரு பாழுங்கிணறு இருந்தது. அந்தக் கிணற்றின் அருகில் ஒரு மேட்டில், எல்லாத் தவளைகளும் மெச்சும் அளவுக்குப் பிரபலமான தவளை ஒன்று இருந்தது. நுனி நாக்கில் வழவழப்பாக இங்கிலீஷ் பேசும் ஒரு 'தமிழ்' தவளை அது. அந்தக் கிணற்றைச் சுற்றியிருக்கும் வயல்வெளியில் இருந்தெல்லாம்

'தமிழே தெரியாத அந்த இங்கிலீஷ் தவளை' பேசுவதைக் கேட்கவும் ஆங்கில கலாசார முறைப்படி நடந்துகொள்வதைப் பார்க்கவும் பல தவளைகள் கிணற்று மேட்டுக்கு வந்துபோயின. இதனால் தனக்கு இருக்கும் முக்கியத்துவத்தைக் கண்டு இங்கிலீஷ் தவளை பெருமை கொண்டது. மற்ற தவளைகள், தங்களுக்கு இங்கிலீஷ் தெரியாததால் கொஞ்சம் தாழ்வு மனப்பான்மையுடன் இருந்தன.

தினமும் காலை முதல் இரவு வரை இங்கிலீஷ் தவளையின் ஆங்கிலப் பேச்சும், கூச்சலும், ஸ்டைலும் மற்ற தவளைகளுக்கு வேடிக்கையாக இருந்தது. ஒருநாள் மிகப் பெரிய ஆபத்து ஒன்று வந்து சேர்ந்தது. ஆம்... அந்தக் கிணற்றின் அருகே இரை தேட ஒரு பாம்புப் படையே வந்துவிட்டது.

எல்லாத் தவளைகளும் 'ஓடுங்க... ஓடுங்க... பாம்பு..!' என்று கத்திக் கொண்டே தங்களது மறைவிடங்களைத் தேடி வேகமாக தாவிக்குதித்து ஓடின. ஆனால், இங்கிலீஷ் தவளைக்கோ தமிழ் தெரியவில்லை. ஏதோ கத்துகிறார்கள் என்று தெரிந்தது. என்ன விஷயம் என்று தெரியவில்லை. 'கீப் கொயட்... டோண்ட் ஷவுட்' என இங்கிலீஷில் அது உளறியபடி இருக்க... பாவம் அந்தத் தவளையை பாம்புகள் போட்டி போட்டுக்கொண்டு பிய்த்து விழுங்கிவிட்டன."

இந்த இடத்தில் கதையை நிறுத்திய தாய்த் தவளை, குட்டிகளைப் பார்த்துப் பேசத் தொடங்கியது.

"அன்புக் குழந்தைகளே... அயல்மொழி ஒன்றைக் கற்றுக் கொள்வதில் தவறு இல்லை. ஆனால் பெரும்பாலான நம் இனத்தவர் பேசும் தாய்மொழியை முதலில் முழுமையாக கற்று அறியாமல் வெறும் இங்கிலீஷைக் கற்று, தாய்மொழியே தெரியாது என்கிற நிலையில் வாழ்ந்தால், எவ்வளவு பெரிய ஆபத்து பார்த்தீர்களா?" என்றது.

தாய்த் தவளை கூறிய கதையைக் கேட்டு ஆறுதலடைந்த குட்டித் தவளைகள், அதன் மூலம் பெரிய உண்மை ஒன்றை உணர்ந்தன. முதலில் தாய்மொழியைத் தெளிவாக கற்போம்! பிறகு அதன் வழியே ஆங்கிலத்தைக் கற்போம்! ☐

இங்கிலீஷ் தவளை கதை வாசித்தவர் இரமாவர்ஷினி

27

குட்டி யானையின் தவளை ரேஸ்

விளையாட்டில் போட்டிகள் பலவிதம். அதேபோல் அந்தக் காட்டில் வசிக்கும் விலங்குகளுக்கு அன்று ஒரே குதூகலம். ஒ... வென்று இரைச்சல். மகிழ்ச்சி ஆரவாரம், மெதுவாக நடக்கும் ஆமைக்கு ஓட்டப் பந்தயம். குதித்து ஓடும் முயலுக்கு நடைப் பந்தயம். பறக்கும் பருந்துக்கு ஓடும் ரேஸ், பறக்க முடியாத கோழிக்கு பறக்கும் பந்தயம். மரம் ஏறும் குரங்குக்கு நீச்சல் போட்டி, நீந்தி வாழும் வாத்துக்கு மரம் ஏறும் போட்டி, என்ன இதைக் கேட்டவுடனே உங்களுக்கு சிரிப்பு சிரிப்பாய் வருகிறதா? இதெல்லாம் பரவாயில்லை. காண்டாமிருகத்துக்கு ஓட்டப்பந்தயம். யானைக்கு தவளை ரேஸ்! இந்த அறிவிப்பு தான் எல்லோரையும் வயிறு குலுங்க சிரிக்க வைத்து விட்டது.

இதைக் கேட்டதும் அம்மா யானை, குட்டி யானையைப் போட்டியில் கலந்துகொள்ளுமாறு கேட்டது. ஆனால் குட்டி யானையோ "இந்தப் போட்டியில் கலந்துகொள்ள முடியாது" என்று திட்டவட்டமாக மறுத்துவிட்டது.

ஆனால், தாய் யானையோ குட்டி யானையைத் தொடர்ந்து சமாதானப்படுத்திக் கொண்டே இருந்தது.

"என் குட்டிச் செல்லமே... இந்த உலகமே போட்டியால் நிறைந்ததுதான். நாம் எப்படியாவது இந்தப் போட்டியில் கலந்து கொண்டு, நமக்குக் கிடைத்த வாய்ப்பைத் தவறவிடாமல் முயல வேண்டும்" என்று தாய் யானை, குட்டி யானையை சமாதானப்படுத்தியது.

ஆனால், குட்டி யானையோ அதற்கும் மசியவில்லை. அம்மா யானையும் தன் குட்டியை விடுவது போல் தெரியவில்லை.

"சரி, உனக்கு ஜம்போ யானை தாத்தா கதை ஒன்று சொல்கிறேன் கேள்" என்றபடி அம்மா யானை, குட்டி யானைக்குக் கதை சொல்லத் தொடங்கியது.

"ஜம்போ யானை ஆப்பிரிக்காவில் பிறந்த நமது முப்பாட்டன். பிரமாண்ட சைஸில் இருப்பதால் அதற்கு 'ஜம்போ' என்று பெயர். அதே காட்டில் தன் அம்மா அப்பாவை இழந்து, தனியாக அழுதுகொண்டே வாழ்ந்து வந்தது.

ஒருநாள் அந்தக் காட்டுக்கு சர்க்கஸ் கம்பெனி ஒன்று யானை செலக்சனுக்காக வந்தது. நிறைய யானைகள் அதில் கலந்து கொண்டன. மனிதர்களைப் போல நம்மை யாருமே பார்த்துக் கொள்ள முடியாது. சாப்பாடும், பராமரிப்பும் நன்றாக இருக்கும் என்பதால் சர்க்கஸ் யானை ஆவதற்கு அந்தக் காட்டில் உள்ள யானைகளுக்கிடையே போட்டா போட்டி ஏற்பட்டது.

பாவம், தனியாக இருந்த ஜம்போவுக்கு இதைப் பார்த்ததும் முதலில் வேண்டாம் என்றே தோன்றியது. ஆனால் திடீரென்று அதன் மனதில் எப்படியாவது இதில் கலந்துகொண்டு, வெல்லவேண்டும் என்று ஒரு உத்வேகம் ஏற்பட்டது.

சர்க்கஸ் என்றால் நிறைய குழந்தைகள் பார்க்க வருவார்கள். சுட்டிகள் என்றால் ஜம்போவுக்கு மிகவும் பிடிக்கும்.

அதனால் சர்க்கஸ்காரர்கள் நடத்தும் செலக்சனில் கலந்து கொண்டது ஜம்போ யானை. அதில் ஜம்போ ஜெயித்தது. பிறகு சர்க்கஸில் தன் திறமையைக் காண்பித்து, எல்லோருடைய மனதிலும் இடம்பிடித்துவிட்டது ஜம்போ.

நாளடைவில் 'டைமண்ட் சர்க்கஸ்' என்ற பெயரால் அழைக்கப்பட்ட அந்த சர்க்கஸ் கம்பெனியை 'ஜம்போ சர்க்கஸ்' என்று அழைக்கும் அளவுக்கு நமது ஜம்போ யானை உலக பிரசித்தி பெற்றது.

லட்சக்கணக்கான குழந்தைகளின் சூப்பர் ஸ்டார் ஆனது ஜம்போ. அதே போல் நீயும் வரவேண்டாமா” என்றது தாய் யானை.

“போட்டியில் வெற்றி தோல்வி சகஜம். அதில் கலந்து கொள்வதே முக்கியம்” என்றபடி டாட்டா காட்டி குட்டி யானையை தவளை ரேஸுக்கு அனுப்பியது தாய் யானை.

□

குட்டி யானையின் தவளை ரேஸ் கதை வாசித்தவர்
கீர்த்தனா

28
விளம்பரத்தால் வந்த விபரீதம்

"அம்மா... அம்மா..." என்று மூன்று பூனைக்குட்டிகள் தன் அம்மாவிடம் வேகமாக ஓடி வந்தன. சாவகாசமாகப் படுத்திருந்த அம்மா பூனை தன் குட்டிகள் ஓடிவருவதைப் பார்த்து, மெல்ல எழுந்து சோம்பல் முறித்தது. "என்ன... என்ன... எதுக்காக கத்திக்கொண்டே ஓடி வர்றீங்க..." என்றது அம்மா பூனை.

அவை அனைத்தும் அந்த வீட்டில் உள்ளவர்களால் செல்லமாக வளர்க்கப்பட்டு வந்தன. "அம்மா... டி.வி.ல ஒரு விளம்பரம் பார்த்தோம். அதில் ஒரு மோட்டார் சைக்கிளுக்கும் நமது தமக்கை இனமான சிறுத்தைக்கும் ஓட்டப் பந்தயம். அம்மா... அந்த சிறுத்தை ரோட்டில் ஓடும்போது எவ்வளவு அழகாக இருந்தது தெரியுமா?" என்று படபடவென்று பேசியது வெள்ளைக் குட்டிப்பூனை. பழுப்புநிறக் குட்டியும், கறுப்புநிறக் குட்டியும் அதற்கு 'ஆமாம்' போட்டன. "நாங்க அதே மாதிரி ரோட்டில் ஓடிப் பார்க்கப் போகிறோம்" என்றது கறுப்புக் குட்டிப்பூனை. இதைக் கேட்டவுடனே அம்மா பூனைக்குத் தூக்கிவாரிப் போட்டது.

"நோ... நோ... நோ..." என்று பதட்டத்தோடு கத்தியது அம்மா பூனை. "ஏம்மா, ஏன் ஓடக்கூடாது..?" என்று மூன்று பூனைக்குட்டிகளும் ஒன்றாக தன் அம்மாவிடம் கோபப்பட்டன. அப்போது அம்மா பூனை தன் மூன்று குட்டிகளையும் கிட்டே அழைத்து, அணைத்தபடி பேசத் தொடங்கியது... "உங்களுக்கு ஒரு

கதை சொல்லப்போறேன். அதை நீங்க கவனமாக கேட்கணும்" என்று அம்மா பூனை கதை சொல்ல ஆரம்பித்தது.

கதை என்றதுமே மூன்று பூனைக்குட்டிகளும் குதூகலமாக கேட்க ஆரம்பித்தன. "ஒரு ஊரில் ஒரு மனிதர் இருந்தார். அவர் பல பிராணிகளை வீட்டில் வளர்த்து வந்தார். நாய், கோழி, கிளி, புறா, பூனை ஏன் குரங்கைக்கூட வளர்த்து வந்தார். அவை வழக்கமான வீட்டு விலங்குகளான ஆடு மாடுகளுடன் மகிழ்ச்சியாக வசித்து வந்தன. அந்த வீட்டில் டி.வி. எப்போதும் ஓடிக் கொண்டே இருக்கும். முதலில் குரங்கு மட்டும்தான் டி.வி. பார்க்கப் போகும். மற்ற விலங்குகள் டி.வி. பக்கமே போகாது. ஆனால் குரங்கு சும்மா இருக்காது. தான் பார்த்ததை எல்லாம் மற்றவைகளுக்குச் சொல்லி ரொம்ப ஓவராக அலட்டிக்கொள்ளும். அதனால் மற்ற விலங்குகளுக்கும் டி.வி. பார்க்க வேண்டும் என்று ஆசை வந்தது. பிறகு அவைகளும் டி.வி. பார்க்க ஆரம்பித்தன. அந்த வீட்டில் இரண்டு சிறுவர்கள் இருந்தார்கள். அந்த விலங்குகளுக்கு அவர்கள்தான் நண்பர்கள்.

ஒரு நாள் டி.வி.யில் குரங்கு ஒன்று பூனையை டாக்டரிடம் மோட்டார் சைக்கிளில் அழைத்துச் செல்வது போல் விளம்பரம் வந்தது. மோட்டார் சைக்கிளுக்கான விளம்பரம் அது. யார் வேண்டுமானாலும் அந்த மோட்டார் சைக்கிளை ஓட்டலாம் என்று மனிதர்களுக்குப் புரிய வைக்க கவர்ச்சியாக அந்த விளம்பரத்தைத் தயார் செய்திருந்தது அந்த மோட்டார் சைக்கிள் நிறுவனம். ஆனால் அந்த விளம்பரத்தால் ஏற்பட்டது ஒரு விபரீதம். அந்த வீட்டில் இருந்த சிறுவர்கள் அதே போல் செய்து காண்பிக்க முடிவு செய்தனர்.

தங்கள் வீட்டு மோட்டார் சைக்கிள் மீது குரங்கை உட்கார வைத்து, பின்னால் பதற பதற நமது பூனையைக் கட்டி ஓடவிட்டார்கள். ஊரே திரண்டு குதூகலமாக வேடிக்கை பார்த்துக் கொண்டிருந்தது. திடீரென்று குரங்கு பயந்து நடுங்கியபடி மோட்டார் சைக்கிளிலிருந்து குதித்து ஓடியது. பூனை மோட்டார் சைக்கிளோடு ஒரு மரத்தில் மோதி விழுந்தது. அந்தப் பூனைக்கு பல இடங்களில் பலத்த அடிபட்டிருந்தது. அது உயிர் பிழைத்ததே பெரிய விஷயம்தான்" என்று சொல்லி கதையை நிறுத்தியது அம்மா பூனை. பிறகு தனது குட்டிகளைப் பார்த்து, "குழந்தைகளே... டி.வி. விளம்பரம் என்பது அந்தப் பொருளை விற்பதற்கான தந்திரம். நாம் அவற்றை அப்படியே நம்பிவிடக் கூடாது. அது

மாதிரி நடந்துகொள்ள வேண்டும் என முயன்று ஆபத்தில் சிக்கிவிடக் கூடாது. எதையுமே ஒருமுறைக்கு பலமுறை யோசித்துச் செயல்படுவதே நல்லது" என்று தன் மூன்று பூனைக்குட்டிகளுக்கும் அட்வைஸ் சொன்னது அம்மா பூனை.

குட்டிகள் சந்தோஷமாக இதை ஏற்றுக்கொண்டன. "போங்க... போய்... பாதுகாப்பா விளையாடுங்க" என்று தன் செல்லக் குட்டிகளை அனுப்பி வைத்தது அம்மா பூனை.

□

விளம்பரத்தால் வந்த விபரீதம் கதை வாசித்தவர்
குருதர்ஷன்

<h1 style="text-align:center">29</h1>

<h1 style="text-align:center">டாம் அண்ட் ஜெர்ரி</h1>

ஒரு பெரிய வீட்டில் பழைய பொருட்கள் வைக்கும் அறையில் இருந்த பொந்தில் ஆறேழு குட்டிகளோடு ஒரு எலி வசித்து வந்தது. ஒருநாள் மதிய நேரத்தில் எலியின் குட்டிகள் பகல் என்றும் பாராமல் பொந்தைவிட்டு வெளியே செல்வதும் திரும்பி உள்ளே வருவதுமாக கொஞ்சம் அதிகமாகவே லூட்டி அடிக்க ஆரம்பித்தன. இதனைக் கவனித்த தாய் எலி பயந்துபோய்... "என் செல்லக் குட்டிகளா! பகல் வெளிச்சம் நமக்கு நல்லதல்ல. மனிதர்கள், பாம்புகள், போதாததற்கு பூனைகள் இவைகளினால் நமக்கு ஆபத்து அதிகம். அதனால் பகல் நேரத்தில் எங்கேயும் செல்லக்கூடாது" என்று கூறியது தாய் எலி.

இதைக் கேட்ட குட்டி எலி ஒன்று, "எங்களுக்குப் போர் அடிக்குமே... அப்போ எங்களுக்கு ஏதேனும் ஒரு கதை சொல்லுங்க" என்று கேட்டது.

இதுதான் குட்டிகளை ஒரே இடத்தில் வைக்க சரியான வழி என்று நினைத்து, "சரி உங்களுக்கு ஒரு 'டாம் அண்ட் ஜெர்ரி' கதை சொல்லுறேன். கவனமா கேளுங்க" என்று கதை சொல்லத் தொடங்கியது தாய் எலி.

"அன்புக் குழந்தைகளே! இதே மாதிரி ஒரு வீட்டில்தான் ஜெர்ரி எலி வசித்து வந்தது. நம் இனத்துக்கே பெருமை சேர்த்த எலி

அது. அதே வீட்டில் டாம் என்ற பூனையும் வசித்து வந்தது. ஒருநாள் அந்த வீட்டின் எஜமானி தன் பிறந்த நாள் விழாவைக் கொண்டாடினார்.உறவினர்களையும் நண்பர்களையும் வரவழைத்து ஒரு பார்ட்டியை ஏற்பாடு செய்தார். எனவே விருந்தும் பானமும் பலமாக இருந்தது. ஒரு வழியாக அந்தப் பார்ட்டி முடிந்தது.

நடு இரவில் ஜெர்ரி வழக்கம் போல பார்ட்டி டேபிளுக்கு ஓடியது. அங்கே சிதறிக்கிடந்த உணவு வகைகளை ருசித்துக் கொண்டே வந்த ஜெர்ரி, ஒரு குவளையின் அருகே நின்றது. அந்தக் குவளை ஜெர்ரியை விட உயரமாக இருந்தது. 'ஆ... குவளைக்குள் ஏதோ இருக்கிறது. வாய்க்கு ருசியாக வயிறுமுட்டக் குடிக்கலாம்' என்று கருதி எட்டிப் பார்த்த ஜெர்ரி, அந்தக் குவளைக்குள் விழுந்துவிட்டது. அந்தக் குவளையில் மனிதர்கள் குடிக்கும் மதுபானம் இருந்தது.

உள்ளே விழுந்த ஜெர்ரி தன் உயிருக்கே ஆபத்து என்பதை உணர்ந்தது. நீச்சல் அடித்து... அடித்து... சுற்றி வந்தது. மதுபானம் வேறு ஜெர்ரிக்கு மயக்கத்தை ஏற்படுத்தியது. நாற்றம் தாங்கமுடியவில்லை. 'ம்... என்ன செய்யலாம்' என்று யோசித்தது ஜெர்ரி.

அப்போது அங்கே வந்த டாம், ஜெர்ரி குவளையில் விழுந்து தத்தளிப்பதைக் கண்டது. டாமைப் பார்த்த ஜெர்ரிக்கு உடனே ஒரு ஐடியா தோன்றியது. 'டாம் குவளையை தட்டிவிட்டால் போதும் ஓடித் தப்பிவிட முடியும். அதை டாம் செய்யுமா?' என்று ஜெர்ரி யோசிச்சது.

ஜெர்ரி, டாமிடம் பேசத் தொடங்கியது...

'அன்புத் தோழர் டாம் அண்ணே... நல்ல நேரத்தில் வந்தீர்கள். குவளையைத் தட்டி விட்டால் நான் வெளியே வந்து விடுவேன். என்னைக் காப்பாற்றுங்கள்' என்று டாமிடம் கெஞ்சியது ஜெர்ரி. இதைக் கேட்ட டாம் சிரித்தது. 'மட சாம்பிராணி ஜெர்ரியே... எலி கிடைப்பதே அரிது, அதிலும் நீ மயக்கத்தில் இருக்கும் எலி. கஷ்டப்படாமல் பிடித்துச் சாப்பிடலாம். நான் கொடுத்து வைத்தவன்' என்றது டாம்.

அதற்கு ஜெர்ரி... 'டாம்... ப்ளீஸ்... என்னை எப்படியாவது காப்பாற்று' என்று மறுபடியும் கெஞ்சியது. டாம் கொஞ்சம் இரக்கப்பட்டு 'சரி.. உன்னைக் காப்பாற்றுவதால் எனக்கு என்ன லாபம்?' என்று ஒரு கேள்வியைக் கேட்டது.

ஜெர்ரி நயமாகப் பேசத் தொடங்கியது... 'நான் எலி இனத்தைச் சேர்ந்தவன். இப்படி மதுபானத்தில் விழுந்து மூழ்கி செத்துப்போவது எங்கள் இனத்துக்கே கேவலம். நான் ஒரு பூனையிடம் வீரமரணம் அடைவதையே விரும்புகிறேன். நீங்கள் இந்தக் குவளையைத் தட்டிவிட்டால் போதும் நான் அப்படியே உங்களிடம் ஓடோடி வந்து விடுவேன். பிறகு என்னை நீங்கள் தாராளமாகச் சாப்பிடலாம். என் கடைசி ஆசையை நிறைவேற்றுவீர்களா... நீங்கள் நேர்மையான பூனையாக இருந்தால் நான் சொல்வது உங்களுக்குப் புரியும்' என்று ஜெர்ரி சாமர்த்தியமாகப் பேசியது. ஜெர்ரி சொன்னதை டாம் யோசித்தது... 'ஆமாம்... நான் உண்மையான பூனை இனம். ஜெர்ரி சொல்வது சரிதான்' என்று நினைத்து, 'நீ கொடுத்த வாக்கை காப்பாற்றுவாயா?' என்று சந்தேகத்துடன் கேட்டது டாம்.

'அதில் என்ன சந்தேகம் உனக்கு!' என்று ஜெர்ரி சத்தமாக கூறியது.

உடனே டாம் அந்தக் குவளையைத் தட்டி விட்டது. குவளையில் இருந்த திரவம் ஓடியபோது நொடியில் ஜெர்ரி, பாதுகாப்பான இடத்தில் ஓடி நின்றது.

'பார்த்தாயா... நீ கொடுத்த வாக்கைக் காப்பாற்றவில்லை' என்று டாம் ஆத்திரத்தில் கத்தியது. 'அங்கே பார்' என்று ஜெர்ரி ஜன்னலைக் காட்டியது. அப்போது பொழுது விடிந்திருந்தது. 'பொதுவாக மனிதர்கள் அடிக்கடி 'குடிகாரன் பேச்சு பொழுது விடிந்தால் போச்சு' என்று பேசுவதை நீ கேட்டதில்லையா, நான் குவளையில் விழுந்து குடிகாரனானேன். அப்போது மயக்கத்தில் பேசியதை எப்படி நிறைவேற்ற முடியும்?' என்று சொல்லி ஜெர்ரி ஓட்டமெடுத்தது. கதையைக் கேட்ட எலிக்குட்டிகள் சிரிக்கவும் கூடவே சிந்திக்கவும் செய்தன.

□

டாம் அன்ட் ஜெர்ரி கதை வாசித்தவர் தியானேஷ்

30

தங்கமும்... தந்திரமும்

கோயிலில் இங்கும் அங்குமாக ஓடிக் கொண்டு குட்டி யானை குதூகலமாக விளையாடிக் கொண்டிருந்தது. தாய் யானை, தான் தின்றுகொண்டிருந்த தென்னை ஓலைகளைக் குட்டி யானைக்கும் கொஞ்சம் துண்டாக்கிக் கொடுத்தது. அப்போது குட்டி யானை... "அம்மா... மதம் பிடிப்பது என்றால் என்ன? மனிதர்கள் நமக்கு காசு தரும்போது கொஞ்சம் பயத்துடன் எட்டி நிற்பது அதனால்தான் என்று சொல்கிறார்களே... எறும்பு நம் காதில் புகுந்து கடித்தால் நாம் செத்து விடுவோமா?" என்று கேள்விமேல் கேள்விகேட்டு அம்மா யானையைத் துளைத்தெடுத்தது.

அப்போது தாய் யானை, "என் செல்லக் குட்டியே... மனிதர்கள் பேசுவது அனைத்தும் உண்மை அல்ல. நான் ஒரு கதை சொல்கிறேன். கவனமாகக் கேள்" என்று கதையைச் சொல்ல ஆரம்பித்தது.

"நாம் இந்தக் கோயிலில் இருப்பது போல் நமது இனத்தின் யானை ஒன்று சர்க்கஸ் கம்பனியில் வளர்ந்து பெரிதானது. அங்கே அந்த யானைக்கு வினோதமான ஒரு நண்பன் இருந்தான். அது யார் தெரியுமா? ஒரு கட்டெறும்பு."

"எறும்பு நம் போன்ற யானையின் நண்பனா!" என்று குட்டி யானை ஆச்சர்யத்தோடு கேட்டது.

"சர்க்கஸ் யானை, தான் சாப்பிடும்போது வேண்டுமென்றே கட்டெறும்பு நண்பனுக்காக கொஞ்சம் சிந்தும். அந்த யானைக்கு நீளமான தந்தம் இருந்தது."

அப்போது குட்டி யானை குறுக்கிட்டு... "அம்மா... அவர்கள் பெயர் என்னம்மா" என்று கேட்டது.

"யானையின் பெயர் ஜாம்பவான். கட்டெறும்பின் பெயர் கட்டையன். இரண்டும் ரொம்ப நேரம் பேசிக் கொண்டிருக்கும். யானையான ஜாம்பவான் மேல் எறும்பான கட்டையன் ஏறி இறங்கி விளையாடும். ஒருநாள் கட்டையன் சர்க்கஸ் கூடாரத்தில் வேடிக்கை பார்க்க வந்தவர்கள் சிந்திய உணவுப் பொருட்களை எடுத்துத் தின்னப் போனது. அப்போது சர்க்கஸ்காரர் மற்றொரு மனிதரிடம் பேசுவது கேட்டது. அவர்கள் அன்று இரவு ஜாம்பவான் யானையின் தந்தத்தை அறுத்து விற்று விட முடிவு செய்திருந்தார்கள். இதைக் கேட்ட கட்டையன் எறும்பு துடித்தது. 'நண்பனை எப்படி காப்பாற்றுவது' என பதறியபடி யோசித்தது. யோசிக்க யோசிக்க... இருள் சூழ ஆரம்பித்தது."

"தந்தத்தை வெட்டினா, ஜாம்பவான் யானை செத்துப் போயிடுமே..." என்று குட்டி யானை கொதித்தது.

"கூட்டத்தில் சர்க்கஸ் சாகசம் செய்த நம் ஜாம்பவானுக்கு மாலை போட ஒருவர் வந்திருந்தார். அந்த மாலைக்குள் கட்டெறும்பு நண்பன் புகுந்து கொண்டது. ஜாம்பவானுக்கு மாலை அணிவித்ததுதான் தாமதம்... 'நண்பா... நான் பேசுவது கேட்குதா?' என்று எறும்பு நண்பன் கேட்டது.

'கேட்குது கட்டையா... என்ன விஷயம்' என்றது ஜாம்பவான்.

'இன்று இரவு உன்னைக் கொன்று தந்தத்தை அறுத்து விற்கப் போகிறார்கள்' என்றது கட்டையன்.

'அய்யோ... இப்போது என்ன செய்வது?' என்று பதறியது ஜாம்பவான்.

'என்னை மன்னித்துவிடு நண்பா... உனக்கு மதம் பிடிப்பதைத் தவிர வேறு வழியே இல்லை... நீ எப்படியாவது தப்பி காட்டுக்குள் போய்விடு' எனக் கூறியபடி கட்டையன் யானையின்

காதில் புகுந்து கடித்தது. வெறி கொண்ட ஜாம்பவான் சர்க்கஸ் கூடாரத்தையே துவம்சம் செய்தது. கொடிய எண்ணம் கொண்ட மனிதர்கள் அலறித் துடித்து ஓடினார்கள். பிறகு ஜாம்பவான் காட்டை நோக்கி நடந்தது" என்று கதையைக் கூறி முடித்தது தாய் யானை. குட்டி யானை கதையைக் கேட்ட சந்தோஷத்தில் குதூகலமாக விளையாடச் சென்றது.

□

தந்தமும் தந்திரமும் கதை வாசித்தவர் திவ்யதர்ஷினி

31
நன்றியுள்ள பிராணி!

ஏழெட்டு குட்டிகளோடு தாய் நாய் ஒரு வீட்டில் பாசமாக வளர்க்கப்பட்டு வந்தது. ஒருநாள் தாய் நாய் அசந்து தூங்கிக் கொண்டிருந்தது. குட்டிகள் மட்டும் அங்கும் இங்கும் ஓடி விளையாடிக் கொண்டிருந்தன. அப்போது ஒரு குட்டிக்கு மட்டும் ஏதோ சந்தேகம் வர, ஓடிவந்து அம்மா நாயை எழுப்பியபடி... "அம்மா... மனிதர்கள் நம்மைப் பார்த்து, நாய் நன்றியுள்ள பிராணி என்கிறார்களே... அது ஏன் அம்மா?" என்று கேள்வி கேட்டது. ஆனால், எவ்வளவு எழுப்பியும், தாய் நாய் அக்கடாவென்று தூங்கிக் கொண்டிருந்தது.

"அம்மா... அம்மா..." என்று கத்தவே, மற்ற குட்டிகளும் தாய் நாயிடம் வந்துசேர்ந்தன. பிறகு ஒவ்வொன்றாகக் கத்தத் தொடங்கின.

சத்தத்தைக் கேட்டு அம்மா நாய் எழுந்து சோம்பல் முறித்தபடியே "சரி... சரி... கத்தாமல் இருங்கள். ஆமாம்... நாம்தான் நன்றியுள்ள பிராணி. உங்கள் சந்தேகம் தீர்க்க ஒரு கதை சொல்கிறேன் கவனமாகக் கேளுங்கள்" என்று கூறி, கதையைச் சொல்லத் தொடங்கியது. கதையைக் கேட்க நாய் குட்டிகளும் அமைதியாக அம்மா முன்னால் உட்கார்ந்தன.

தாய் நாய் தன் தொண்டையை செருமியபடி கதையைச் சொல்ல ஆரம்பித்தது. "ஒரு ஊரில் ஒரு பணக்கார விவசாயி வசித்து வந்தார். அவர் அன்பும் கனிவும் மிக்கவர். அவருடைய குடும்பம் பெரியது. நாலு மகன்கள், ஆறு மகள்கள் இருந்தனர். அவர் வீட்டில் ஒரு நாயையும் சில பூனைகளையும், அதைத் தவிர கோழிகள், வாத்துகள், மாடுகள், ஆடுகள் என பலவற்றையும் அன்போடு பராமரித்து வந்தார். நாயின் பெயர் ராஜா. அதற்கு எஜமானர் என்றால் உயிர். ராஜாவை அந்த விவசாயி தனது தோழனைப் போல கருதி நாள் முழுதும் உடன்வைத்துப் போற்றி வந்தார்.

மனைவியை ஒருநாள் இழந்த அந்த விவசாயி, காசிக்குப் போய்வர முடிவெடுத்தார். தன் மகன்களை நம்பி வீட்டையும் பண்ணையையும் நிலத்தையும் விட்டுவிட்டு அவர் கால்நடையாக கிளம்பினார். அப்போது ராஜா நாய் தனது எஜமானனின் பிரிவால் தவித்தது.

நாட்கள் பல உருண்டு ஓடின. பல வருடங்கள் ஆகியும் தந்தை திரும்பி வராததைக் கண்ட மகன்கள் நிலத்தைத் தங்களுக்குள் பிரித்து எடுத்துக் கொண்டனர். பிறகு பண்ணை விலங்குகளையும் பிரித்தனர். ராஜா நாயை மட்டும் யாரும் வைத்துக்கொள்ளத் தயாராக இல்லை. அதனால் நாயை மட்டும் அனாதையாக தெருவில் விரட்டி அடித்தனர்.

தனது எஜமான் ஒரு நாள் வருவார் என்று ராஜா நாய் மட்டும் எதிர்பார்த்துக் காத்திருந்தது. உணவு உண்பதையும் தண்ணீர் குடிப்பதையும் நிறுத்திக்கொண்டது. விரைவில் மிகவும் மெலிந்து போனது. விவசாயியின் கடைசி மகள் மட்டும், ராஜா நாயின் மீது கொஞ்சம் அன்பு வைத்திருந்தாள். 'ராஜா... ராஜா...' என்று அழைத்து அதற்கு கொஞ்சம் உணவும் அளித்தாள். கடைசி மகளின் அன்பினால் நாய் அந்தக் கொஞ்ச உணவை உண்டது.

ஒருநாள் காலை மூன்று அல்லது நான்கு மணி இருக்கும். அந்த அதிகாலை இருளில் வீட்டு வாசலில் வந்து பிச்சைக்காரனைப் போல ஒரு மனிதர் தாடியும் கிழிந்த உடையுமாக கதவைத் தட்டினார். மகன்கள் ஒவ்வொருவராக தூக்கத்திலிருந்து கண்விழித்து 'போடா பிச்சைக்காரா... போ... போ...' என்றனர்.

'காலையிலேயே வந்துட்டான்டா... சாவுகிராக்கி' என்றார்கள் மகள்கள்.

பூனைகளிலிருந்து மாடுவரை விலங்குகள் எதுவும் கண்டு கொள்ளவில்லை. ராஜா நாய் மட்டும் அந்த வயதான பிச்சைக்காரரை உடனே அடையாளம் கண்டுகொண்டது. 'தனது எஜமான்' என்று அவரிடம் ஓடியது. வாலைக் குழைத்தபடி அவர் மீது அன்போடு சுற்றிச் சுற்றி வந்து அழுதது. அவருக்கும் உடனே புரிந்துவிட்டது. 'டேய்... தோழா... ராஜா... இன்னும் இருக்கியாடா... என்னை உனக்காவது அடையாளம் தெரிந்ததே' என்றார் பெரியவர்.

உடனே உள்ளேயிருந்து கடைசி மகள் ஓடி வந்து... 'அப்பா... வாங்கப்பா...' என்று அவரை வீட்டுக்குள் அழைத்துச் சென்றாள்" என்று கதையைச் சொல்லி முடித்த தாய் நாய், "அன்புக் குழந்தைகளே... மனிதர்களின் முதல் தோழன் நாம்தான். காடுகளில் சுற்றித்திரிந்த காலத்திலிருந்தே அவர்கள் நம்மைப் பராமரித்து வருகிறார்கள். நாமும் அவர்களுக்கு நன்றியுடையவர்களாக இருந்து வருகிறோம்" என்றது பெருமையாக. கதையைக் கேட்ட சந்தோஷத்தில் குதூகலமாக விளையாடச் சென்றன குட்டி நாய்கள்.

□

நன்றியுள்ள பிராணி கதை வாசித்தவர் மணிஷ்

32
விலங்குகளின் முடிவு!

ஒரு பெரிய பண்ணை வீட்டில் நிறைய விலங்குகள் வளர்க்கப்பட்டு வந்தன. கோழிக் குஞ்சுகள் தன் தாய்க்கோழியோடு உணவைக் கொத்தித் தின்று கொண்டிருக்கையில், அவ்வப்போது பூனைகள், பருந்துகள் என அந்தக் கோழிக் குஞ்சுகளை அட்டகாசம் செய்து வந்ததால் அதில் ஒரு கோழிக்குஞ்சு, தன் தாயிடம்... "அம்மா, இந்தப் பருந்துகளை உலகத்தை விட்டே ஒழித்துக் கட்டிவிட்டால் நன்றாக இருக்கும்" என்று கோபத்தோடு கூறியது. இதைக் கேட்ட தாய்க்கோழி, "என் அன்புச் செல்லமே... நீ சொல்வது தவறு. நான் சொல்லப்போற கதையைக் கவனமாகக் கேள்" என்று கூறி, ஒரு கதையைச் சொல்லத் தொடங்கியது.

"ஒரு ஊரில் நாம் இருப்பதைப் போலவே ஒரு பெரிய பண்ணை வீட்டில் ஏராளமான விலங்குகள் வசித்து வந்தன. நாய்கள், பன்றிகள், வாத்துக் கூட்டம், தவளைக் கூட்டம், எலிகள், பாம்புகள் இது மட்டும் இல்லாமல் அங்கே இருந்த மரங்களில் பறவைகளுக்கும் பஞ்சமில்லை. மரத்தில் பறவைகள் மட்டுமா இருக்கும். எறும்பு முதல் அணில், இலையில் வாழும் புழு, தேன், பட்டாம்பூச்சி... அடேயப்பா, ஒரு பெரிய கூட்டமே இருந்தது. இதோடு கழுகுகளின் கூட்டமும் அங்கே இருந்தன. அந்தப் பண்ணை வீட்டில் வளர்ந்த மாடுகள், செம்மறி ஆடுகள்,

வெள்ளாடுகள் என கால்நடைகள் வேறு. ஒருநாள் எல்லா விலங்குகளும் சேர்ந்து கூட்டம் ஒன்று நடத்தின. கூட்டத்தில் முதலில் பேசியது பருந்து… 'இங்கே இடப்பற்றாக்குறை ஏற்பட்டுவிட்டது. எனவே, இதற்கு ஒரு தீர்வு காணவேண்டும்' என்றது.

'சரி, அப்போ ஏதாவது ஒரு விலங்கை வெளியேற்றி விடுவதுதான் நல்லது' என்று அந்தக் கூட்டத்தில் தீர்மானிக்கப் பட்டது. அப்போது கூட்டத்தில், 'எந்த விலங்கை வெளியேற்றலாம்' என்று சிறிது நேரம் சலசலப்பு ஏற்பட்டது.

எல்லா விலங்குகளும் கலந்து பேசின. தவளையும் எலியுமாக சேர்ந்து தங்களுக்கு எதிரியான பாம்புகளை வெளியேற்றிவிட சூழ்ச்சி செய்ததில், பெரும்பாலான விலங்குகள் அந்தக் கூட்டத்தில் பாம்புகளை வெளியேறச் சொல்லிவிட்டன.

இதைக் கேட்ட பாம்புகள் வருத்தத்தோடு அந்த இடத்தைவிட்டு வெளியேறின.

பாம்புகள் எல்லாம் வெளியே போன ஒரே மாதத்தில் தவளைகளும் எலிகளும் தங்கள் எண்ணிக்கையைப் பெருக்கிக்கொண்டன. அதனால், அந்த இடத்தில் தவளைகளின் சத்தம் தாங்கவில்லை. எனவே, திரும்பவும் கூட்டம் கூடின. அப்போது பாம்புகளைத் திரும்ப வரவழைத்துக்கொண்டன. இப்போது தவளைகள் சத்தம் தாங்கவில்லை என்பதால் அவைகளை வெளியேற்றின.

இப்போது தவளைச் சத்தமே இல்லை. ஆனால், பூச்சிகள் எக்கச்சக்கமாகப் பெருகிப் போயின. இதனால்… அங்கே இருக்கும் விலங்குகளுக்கு பெரும் தொல்லை ஏற்பட்டு விட்டது.

சரி… என்று தவளைகளை வரவழைத்து கழுகுகளை வெளியேறச் சொல்லி கூட்டத்தில் முடிவானது. கூட்டத்தின் முடிவுக்குக் கட்டுப்பட்டு, கழுகுகளும் வெளியேறின.

ஒரு மாதம் முடிவடைந்திருக்கும்… பாம்புகளும் எலிகளும் கூட்டம் கூட்டமாக பெருகிவிட்டன. நிற்கவும் நடக்கவும் இடமில்லை. மரம், செடி கொடி முழுக்க வீடு, வயல் என எலி, பாம்புகளின் தொல்லை தாங்கவில்லை. இதனால், பருந்துகள் உள்ளே வரவழைக்கப்பட்டன. அவை எலிகளையும் பாம்புகளையும் பிடித்து உண்டதால் நிலைமை சமாளிக்கப்பட்டது.

பிறகு கூட்டம் கூடி, விலங்குகள் எல்லாம் ஒரு இறுதி முடிவுக்கு வந்தன. நமது வாழ்க்கைச் சூழல்... ஒரு சிலந்தி வலையைப்போல் பின்னப்பட்டுள்ளது. வலையின் ஒரு இழை அறுந்தாலும், வலையே அழிந்துவிடும் அல்லவா. அதுபோல, ஏதேனும் ஒரு விலங்கின் இனத்தை முழுசாக அழித்தால் அது எல்லார் வாழ்க்கையையும் பாதிக்கும். எனவே, யாரும் வெளியேற வேண்டியதில்லை. நாம் யார் யார், எப்படி, எங்கே வாழ்வது என்பதை இயற்கையே தேர்ந்தெடுத்து முடிவெடுக்கும் என்பதே அந்தக் கூட்டத்தின் இறுதி முடிவாக எடுக்கப்பட்டது” என்று கதையை முடித்த தாய் கோழி, மேலும் சில விவரங்களைக் கூறியது.

“அன்புக் குழந்தைகளே... இயற்கையின் இடர்பாடுகளை மீறி, நாம் நமது வாழ்வை செலுத்த வேண்டும். அந்த முயற்சிதான் நம்மை வாழத் தகுதி உடையவராக்கும். உலகில் எந்த இனமும் முழுமையாக அழிய வேண்டும் என்ற கெட்ட எண்ணம் நமக்கு வரவே கூடாது” என்று சில புத்திமதிகளைக் கூறியது தாய் கோழி.

அம்மா கூறிய கதையையும் அறிவுரையையும் கேட்டுக்கொண்டு பாதுகாப்பான இடத்தைத் தேடி விளையாடச் சென்றன கோழிக்குஞ்சுகள்.

□

விலங்குகளின் முடிவு கதை வாசித்தவர் திவாகர்

33
கரடி கற்ற பாடம்!

அந்த மிருகக்காட்சிச் சாலையில் அன்று பார்வையாளர்களின் கூட்டம் அதிகமாக இருந்தது. அங்கு ஒரு கரடிக்கு அழகான குட்டி பிறந்ததே காரணம். மனிதர்களைப் பார்த்த அந்தக் குட்டிக் கரடி, ரொம்பவே பயந்து தாய்க்கரடியின் பின்னால் ஒளிந்துகொண்டது. தன் குட்டியை சமாதானம் செய்ய, ஒரு கதையைச் சொல்ல ஆரம்பித்தது தாய்க்கரடி.

"என் அன்புச் செல்லமே... நாம் மனிதர்களைப் பார்த்து பயப்படத் தேவையில்லை. நட்பின் இலக்கணத்தை மனிதர்களுக்கே சொல்லித் தந்தவர்கள் நாம்." என்று தாய்க்கரடி சொன்னதும்...

"போம்மா... மறுபடியும் அதே கதையா. காட்டில் இரண்டு நண்பர்கள் நடப்பார்கள்... கரடி வரும்... ஒருத்தருக்கு மரம் ஏறத் தெரியும்..." என்று குட்டிக் கரடி சலித்துக்கொண்டது.

"இல்லை... செல்லமே, இது வேறு கதை. இப்போ நான் சொல்லப்போற கதையைக் கேளு. அசந்து போயிடுவ" என்று கதையைச் சொல்லத் தொடங்கியது தாய்க்கரடி.

ஒரு மனிதன் காட்டில் தனியாக வந்துகொண்டு இருந்தான். அப்போது எதிரில் ஒரு புலி வருவதைக் கண்டான். பயந்து போய்

என்ன செய்வதென்றே தெரியாமல் அருகில் இருந்த மரத்தின் மீது ஏறினான். அந்த மரத்தின் கிளையில் ஏற்கெனவே நமது முன்னோர் கரடி ஒன்று உட்கார்ந்திருந்தது. அதைப் பார்த்த அந்த மனிதன்... 'அய்யோ... நாம் வசமா மாட்டிக்கிட்டோம். மரத்தின் மேலே கரடி... கீழே புலி' என்று பயந்துகொண்டே இருந்தான் மனிதன். அப்போது, முதலில் கரடியிடம் பேசிப் பார்ப்பதென்று முடிவு செய்தான். அந்த மனிதனைப் பார்த்த நமது கரடியும் பாவம் என்று எண்ணி அவனோடு நட்பு கொண்டது. புலியும் மனிதன் அல்லது கரடி எது முதலில் மரத்தை விட்டு இறங்குகிறதோ அதைச் சாப்பிடுவதென்று முடிவெடுத்து, அந்த மரத்தடியிலேயே உட்கார்ந்திருந்தது. கொஞ்ச நேரத்தில் இருட்டிவிட்டது.

கரடி மனிதனிடம், 'உங்களுக்குத் தூக்கம் வந்தால் தூங்குங்கள். நான் பார்த்துக் கொள்கிறேன். மூன்று மணி நேரத்துக்குப் பிறகு நான் தூங்குகிறேன். நீங்கள் பார்த்துக் கொள்ளுங்கள்' என்றது. அதற்கு மனிதனும் ஒப்புக்கொண்டான்.

முதலில் மனிதன் தூங்கியதும், புலி கரடியிடம் பேச்சுக் கொடுத்தது... 'உன்னை விட்டு விடுகிறேன். மனிதனை மட்டும் கீழே தள்ளிவிடு' என்று சொல்லிப் பார்த்தது புலி. அதற்கு மசியவில்லை நம் கரடி. பிறகு, 'நானும், நீயும் விலங்கு. இவன் மனிதன்' என்று சொல்லி திரும்பவும் கரடியின் மனசை கலைக்கப் பார்த்தது புலி.

அப்பவும் நமது கரடி ஒப்புக்கொள்ளவில்லை. அப்போது புலியிடம்... 'மனிதன் என்னை நம்பி வந்துவிட்டான். நம்பிக்கைத் துரோகம் செய்ய வாய்ப்பே இல்லை' என்று சொன்னது.

சற்று நேரத்தில் கரடி உறங்கிவிட, மனிதன் பார்த்துக் கொண்டான். கரடி உறங்கியதும் புலி மனிதனிடம் பேச்சுக் கொடுத்தது. 'கரடியை மட்டும் தள்ளிவிட்டால் உன்னைப் போகவிடுவேன்' என்று மனிதனுக்கு சத்தியம் செய்தது புலி. மனிதன் யோசித்தான். சற்று நேரம் கழித்து படாரென்று கரடியைத் தள்ளி விட்டான்."

"அய்யோ... கரடி கீழே விழுந்ததா அம்மா" என்று பதட்டத்துடன் கேட்டது குட்டிக் கரடி.

"அதுதான் நடக்கவில்லை. நமது கரடி மரக்கிளை ஒன்றைப் பற்றிக் கொண்டு, தொங்கித் தப்பியபடியே மனிதனைப் பார்த்து...

'மனிதனே... உன் புத்தி எனக்குத் தெரியும். நான் உறங்கவில்லை. உறங்குவதுபோல் நடித்தேன். இதைப்போல் என்னிடம் புலி பேசியபோது நான் நேர்மையோடு உன்னைக் காப்பாற்றினேன். நீயோ நமது ஒப்பந்தத்தை மீறி, துரோகம் செய்துவிட்டாய்' என்றது.

இந்த வாதத்தைக் கேட்ட கீழே இருந்த புலி, 'நமக்கு இரை கிடைக்காது' என்று அங்கிருந்து சென்றுவிட்டது.

பிறகு கரடி... 'நண்பனே... உனக்கு நன்றி. இது எனக்கு நல்ல பாடம். ஒரு துரோகியான இந்த மனிதனைச் சாப்பிட்டால், எனக்கும் அதே புத்திதான் வரும்' என்று சொல்லி, தன் வழியே சென்றுவிட்டது நமது கரடி. இதைக் கேட்ட மனிதன் தலை குனிந்தான்."

தாய் கூறிய கதையைக் கேட்ட குட்டிக் கரடி உற்சாகத்தோடு... மனிதர்களைப் பார்த்து ஒரு குட்டிக்கரணம் அடித்தது.

□

கரடி கற்ற பாடம் கதை வாசித்தவர் சஞ்சனா

34

வெளிச்சத்தைத் தேடி!

அந்த மரத்தில் குஞ்சுப் பறவை ஒன்று தனது தாய்ப் பறவையிடம் தான் பார்ப்பதை எல்லாம் 'எனக்கும் வேண்டும்... எனக்கும் வேண்டும்' என்று அடம்பிடித்துக் கேட்டபடி இருந்தது.

என்ன செய்வதென்றே தெரியாமல் விழித்த தாய்ப் பறவை, "இப்படித்தான் ஒரு தடவை என்ன ஆச்சு தெரியுமா?" என்று ஒரு கதையைச் சொல்ல ஆரம்பித்தது. கதை என்றவுடன் குஞ்சுப் பறவைக்கு தான் வாங்க அடம்பிடித்த நவ்வாப்பழம்... கோயில் திருவிழாவில் பார்த்த மைனர் செயின் பற்றிய நினைப்பை மறந்து கதை கேட்கத் தயாரானது.

"ஓர் ஊரில் ஓர் அழகான மரத்தில் ஓர் அழகான கூட்டில் ஓர் அழகான பறவைக்கு அழகான மூன்று குஞ்சுகள் இருந்தன. அந்தக் கூட்டில் அழகான அப்பா பறவையும் இருந்தது. அந்த மரம் ஓர் அழகான பண்ணை வீட்டின் தோட்டத்தில் இருந்தது. அந்த அழகான பண்ணை வீட்டின் திண்ணையில் ஒரு பறவைக் கூண்டு இருந்தது. பாவம், அந்தக் கூண்டுக்குள் இரண்டு லவ் பேர்ட்ஸ் வாழ்ந்து வந்தன. அவை கூண்டுக்குள்ளேயே இருக்க வேண்டும். எங்குமே பறக்க முடியாது. நம்மை மாதிரி சுதந்திரமாக இருக்க முடியாது. ஆனால், அழகான மரத்தில் அழகான கூட்டில் தனது மூன்று அழகான குஞ்சுகளுடன் சுதந்திரமாக வசித்த அம்மா

பறவைக்கு அது புரியவில்லை. எப்போதும் அந்த லவ் பேர்ட்ஸ் கூண்டில் இருப்பவற்றைச் சுட்டிக்காட்டி, 'அங்கு அது இருக்கு, இது இருக்கு... பாருங்க இங்கே எதுவுமே இல்லை' என்று தொணதொணத்துக்கிட்டே இருக்கும்.

ஒருநாள் தாய்ப் பறவை இரையைத் தேடி வந்தபோது இருட்டிவிட்டது. பண்ணை வீட்டின் திண்ணையில் இருக்கும் கூண்டின் காதல் பறவைகளுக்கு ஒரு ஸீரோ வாட்ஸ் பல்பின் வெளிச்சம் வசதி செய்யப்பட்டிருந்ததை அது பார்த்தது. கூட்டுக்கு வந்து தங்கள் குஞ்சுகளிடம் அதைப்பற்றிச் சொன்னது... அப்பா பறவை வந்ததும்... 'அப்பா, நமது கூட்டுக்கும் வெளிச்சம் வேண்டும். வெளிச்சத்தை எப்படியாவது எடுத்து வாருங்கள்' என்று குஞ்சுகள் பயங்கரமாக அடம்பிடிக்க ஆரம்பித்தன. இதைக் கேட்ட அப்பா பறவை ஆடிப்போனது.

தனது நண்பனான ஒரு காக்கையிடம் அப்பா பறவை யோசனை கேட்டது. காக்கை நண்பன் ரொம்ப புத்திசாலி அல்ல. 'பேசாமல் மின்மினிப் பூச்சியை பிடித்துச் சென்று கூட்டில் விடு' என்று யோசனை கூறியது. அப்பா பறவை இரவெல்லாம் மின்மினிப் பூச்சியைத் தேடித் தேடி அலைந்தது. பகலில் மின்மினிப் பூச்சி வெளியே தெரியாது இல்லையா... இரவில் காடுகளில்தான் அது இருக்கும். பல நாட்கள் சுற்றியும் மின்மினிப் பூச்சிகள் கிடைக்கவில்லை. ரொம்பவும் சோர்வுடன் அப்பா பறவை கூட்டுக்குத் திரும்பியது. ஆனாலும் குஞ்சுப் பறவைகளும் தாய்ப் பறவையும் தங்களது பிடிவாதத்தைக் கைவிடவில்லை.

'அதெல்லாம் எங்களுக்குத் தெரியாது. வெளிச்சம் கூட்டுக்கு வரவேண்டும்' என அவை ஒரே குரலில் கூவின. 'இதுகூட செய்யமுடியாத அப்பா ஒரு அப்பாவா?' என்று குஞ்சுகள் பேசியதைக் கேட்ட அப்பா பறவை, அவைகளுக்கு தக்க பாடம் புகட்ட எண்ணியது.

வழக்கம்போல வெளிச்சப் பூச்சிகளைத் தேடிப் புறப்பட்ட அந்த அப்பா பறவை அன்று ஒரு இட்லிக் கடை வழியே பறந்தபோது அங்கே அடுப்பில் சுள்ளிகள் எரிந்து கொண்டிருப்பதைக் கண்டது. கடைக்காரன் ஏமாந்த நேரம், எரியும் சுள்ளி ஒன்றைக் கவ்விக்கொண்டு இருளில் கூட்டுக்கு வந்தது. பொத்தென்று அதைக் கூட்டில் போட, கூடு தீப்பிடித்துக் கொண்டது. அந்த வெப்பத்தைத் தாங்கமுடியாமல் குஞ்சுப் பறவைகளும் அம்மா

பறவையும் 'வேண்டாம்... இனிமே எங்களுக்கு வெளிச்சம் வேண்டவே வேண்டாம். எங்களை மன்னித்துவிடு' என்று கத்தி கூப்பாடு போட்டன.

'இனிமே நான் சொல்றபடிதான் கேட்கணும்' என்று அப்பா பறவை சொல்ல... அதற்கு குஞ்சுப் பறவைகளும் அம்மா பறவையும் 'சரி நீங்க சொல்றபடியே நடக்கிறோம்' என்று தலையை ஆட்டின. இந்த நாலைந்து நாட்களில் தான் கட்டியிருந்த புதிய கூட்டுக்கு அனைவரையும் அழைத்துச் சென்றது அப்பா பறவை. அம்மா பறவையும் குஞ்சுப் பறவைகளும் புது கூட்டைப் பார்த்து சந்தோஷப்பட்டன.

இந்த இடத்தில் கதையை முடித்த தாய்ப் பறவை... "பார்த்தியா... மற்றவர்களிடம் இருக்கிறது என்பதற்காக தேவையில்லாததை எல்லாம் வாங்கித் தா என்று அடம்பிடிக்கவே கூடாது. நமக்குத் தேவையான அவசியமான பொருட்கள் நம்மிடம் இருந்தாலே போதும்" என்று அறிவுறுத்தியது. குஞ்சுப் பறவை தனது தவறை உணர்ந்து கதையைக் கேட்டுவிட்டு மகிழ்வுடன் சாப்பிடத் தொடங்கியது.

□

வெளிச்சத்தை தேடி கதை வாசித்தவர் சஞ்னா

www.ingramcontent.com/pod-product-compliance
Lightning Source LLC
LaVergne TN
LVHW041711190726
843493LV00007B/2039